D1680476

விளிம்புநிலை மக்களின் போராட்டங்கள்

விளிம்புநிலை மக்களின் போராட்டங்கள்

ரணஜித் குஹா (பி. 1923)

வரலாற்றாசிரியர். சபால்டர்ன் ஸ்டடீஸ் குழுவைத் தோற்றுவித்தவர். இவருடைய முக்கிய நூல்கள்: A Rule of Property for Bengal; Elementary Aspects of Peasant Insurgency in Colonial India; The Small Voice of History.

சூசி தாரு (பி. 1943)

பெண்ணியச் செயல்பாட்டாளர், எழுத்தாளர், பதிப்பாளர், ஆங்கிலப் பேராசிரியர். சபால்டர்ன் ஸ்டடீஸ் குழு உறுப்பினர். 'Women Writing in India' என்ற முன்னோடியான பெண் எழுத்துத் தொகுப்பை உருவாக்கியவர்களில் ஒருவர்.

தேஜஸ்வினி நிரஞ்சனா (பி. 1958)

ஆங்கிலப் பேராசிரியர்; மொழிபெயர்ப்பாளர். இவருடைய முக்கிய நூல்கள்: Siting Translation: History, Post-Structuralism and the Colonial Context; Mobilizing India: Women, Migration and Music between India and Trinidad.

ராஜ் கௌதமன் (பி. 1950)
மொழிபெயர்ப்பாளர்

ராஜ் கௌதமன் (எஸ். கௌதமன்) விருதுநகர் மாவட்டம் புதுப்பட்டி கிராமத்தில் பிறந்தவர். அங்கேயே தொடக்கக் கல்வி கற்றார். மதுரையில் உயர்நிலைப் பள்ளிப் படிப்பையும் பாளையங்கோட்டை புனித சேவியர் கல்லூரியில் விலங்கியல் இளங்கலைப் பட்டமும் தமிழ் முதுகலைப் பட்டமும் பெற்றார். பின்னர் அண்ணாமலைப் பல்கலைக்கழகத்தில் சமூகவியலில் முதுகலைப் பட்டம் பெற்றார். பொதுவுடைமைச் சித்தாந்தத்தில் ஈடுபாடு கொண்டு அதைக் கற்றறிந்தார். புதுச்சேரி ஒன்றியப் பகுதியில் அரசு கல்லூரிகளில் தமிழ் விரிவுரையாளராகப் பணிபுரிந்த இவர் புதுவை அரசு பட்டமேற்படிப்பு மையத்தில் தமிழ் ஆய்வுத் துறைத் தலைவராகப் பணியாற்றி ஓய்வுபெற்றுள்ளார்.

பொதுவுடைமைச் சித்தாந்தம், தலித்தியம், நவீன தமிழ் இலக்கிய விமர்சனம், பத்தொன்பதாம் நூற்றாண்டுத் தமிழகம், சமூக வரலாறு, சங்க இலக்கியம் ஆகியவற்றில் ஈடுபாடு கொண்டு தொடர்ந்து அவை குறித்து எழுதி வருகிறார். 19, 20ஆம் நூற்றாண்டில் வாழ்ந்த தமிழ்ச் சமூக நாவல் முன்னோடிகளில் ஒருவரான அ. மாதவையா படைப்புகள் பற்றி ஆய்வு செய்து முனைவர் பட்டம் பெற்றுள்ளார்.

மனைவி: க. பரிமளம். மகள் : டாக்டர் நிவேதிதா

விளிம்புநிலை மக்களின் போராட்டங்கள்

மூலக் கட்டுரையாளர்கள்
ரணஜித் குஹா
சூசி தாரு, தேஜஸ்வினி நிரஞ்சனா

தமிழில்
ராஜ் கௌதமன்

காலச்சுவடு பதிப்பகம்

விளிம்புநிலை மக்களின் போராட்டங்கள் ❖ கட்டுரைகள் ❖ ஆசிரியர்கள்: ரணஜித் குஹா, சூசி தாரு, தேஜஸ்வினி நிரஞ்சனா ❖ தமிழில்: ராஜ் கௌதமன் ❖ ©கட்டுரையாசிரியர்களுக்கு ❖ மொழிபெயர்ப்புரிமை: ராஜ் கௌதமன் ❖ முதல் பதிப்பு: டிசம்பர் 2016 ❖ வெளியீடு: காலச்சுவடு பப்ளிகேஷன்ஸ் (பி) லிட்., 669, கே. பி. சாலை, நாகர்கோவில் 629001

காலச்சுவடு பதிப்பக வெளியீடு: 752

viLimpunilai makkaLin pooraaTTankaL ❖ Essays ❖ Authors: Ranajit Guha, Susie Tharu, Tejaswini Niranjana ❖ Translated by: Raj Gowthaman ❖ © Authors ❖ Translation Copyright: Raj Gowthaman ❖ Language: Tamil ❖ First Edition: December 2016 ❖ Size: Demy ❖ Paper: 18.6 kg maplitho ❖ Pages: 96

Published by Kalachuvadu Publications Pvt.Ltd., 669, K.P. Road, Nagercoil 629001, India ❖ Phone: 91-4652-278525 ❖ e-mail: publications @kalachuvadu.com ❖ Wrapper printed at print Specialities, Chennai 600014 ❖ Printed at Mani Offset, Chennai 600077

ISBN: 978-93-5244-075-7

12/2016/S.No. 752, kcp 1668, 18.6 (1) ILL

இம்மொழிபெயர்ப்பு
'விடியல்' சிவாவின் நினைவுக்கு...

பொருளடக்கம்

	முன்னுரை	11
1.	கலக மனதின் அடிப்படைக் கூறுகள் – ரணஜித் குஹா	19
2.	வரலாற்றில் கம்மிய குரல் – ரணஜித் குஹா	36
3.	சமகாலப் பண்பாட்டுப் பால் பற்றிய ஒரு கோட்பாட்டிற்குரிய சிக்கல்கள் – சூசி தாரு, தேஜஸ்வினி நிரஞ்சனா	54

முன்னுரை

இந்த வெளியீட்டில் இடம்பெறும் மூன்று மொழிபெயர்ப்புக் கட்டுரைகளும் ஒரு நூலின் தொகுப்புரையும் உற்பத்தித் தளத்திலும் இனஉற்பத்தித் தளத்திலும் மையத்திலிருந்து விளிம்பு நிலைக்குத் தள்ளப்பட்ட – பிறப்பால் சாதி, பால் ரீதியாக ஒடுக்கப்பட்ட குடியானவச் சாதிகள், பெண்கள் பற்றிய ஆய்வுரைகளாகும். இவற்றை வழங்கியவர்கள்: புறக்கணிக்கப்பட்ட மக்கள் பற்றிய ஆய்வுகளை *(Subaltern Studies)* இந்தியாவில் தோற்றுவித்த ரணஜித் குஹா மற்றும் சூசி தாரு, தேஜஸ்வினி நிரஞ்சனா ஆகியோராவர்.

சோசலிசம், பொதுவுடைமை, மலையின மக்கள் இயக்கம், தலித்தியம், பெண்ணியம் ஆகிய இடதுசாரி இயக்கங்கள் தங்கள் போராட்ட வழிமுறைகளை இந்தியச் சூழலுக்கு ஏற்றவாறும், உலகளாவிய நிலையில் பேசப்படுகிற சரியான வரைவிலக்கணங்களுக்கு ஏற்றபடியாகவும் தக அமைத்திட இத்தொகுதியில் உள்ள கட்டுரைகள் கருத்துக்களை வழங்கக் கூடும்.

இச்சிறிய மொழிபெயர்ப்பு ஆக்கத்தில் இடம் பெறுகிற 'கலக மனதின் அடிப்படைக் கூறுகள்', ரணஜித் குஹா வெளியிட்ட *'Elementary Aspects of Peasant Insurgency in Colonial India'* (Oxford University Press, Delhi, 1983) என்ற நூற்கருத்துக்களின் சுருக்கமாகும். (இது தலித் என்ற இதழில், ஜூலை 1997இல் பிரசுரமாகியது. இது மறு பிரசுரமாக காலச்சுவடு பதிப்பித்த 'தலித்திய விமர்சனக்

கட்டுரைகள்' (டிசம்பர் 2003) என்ற தொகுப்பு நூலிலும் இடம்பெற்றது. விரிவான இக்கட்டுரை, நூலாக்கத்திற்காகச் சுருக்கமாகத் தொகுத்துரைக்கப்பட்டது. இது, பிரிட்டிஷ் ஏகாதிபத்தியத்தின் கீழ், கடுமையாகச் சுரண்டப்பட்ட இந்திய காலனிய ஆட்சிக் காலகட்டத்தில் குடியானவர்கள் (peasants) கலகங்கள் (insurgencies) வட இந்தியாவில் எவ்வாறாகப் பாரம்பரியமான முறைகளின் வசதிக்கு ஏற்றபடி, 'சர்க்காரி', 'சமீந்தாரி' லேவாதேவிக்காரர்களுடைய முறைகளுக்குப் பணிய மறுத்துப் பரவின என்பதைப்பற்றி விரிவான அளவில் பதிவுசெய்கின்றது. மதச்சார்பான திருவிழாக்கள் பெரிதும் கலவரங்களைத் தூண்டிவிட்டன. தீபாவளி, முகரம் பண்டிகைகள் சிப்பாய்க் கலகங்களைத் தூண்டிவிட்டன; துரிதப்படுத்தின.

குடியானவர்களுடைய ஆயுதக் கிளர்ச்சியின் போர் முறை தலைகீழாக்கும் பண்பைக் (subversion) கொண்டிருந்தது. மொழி ஊடாகவும் (verbal), மொழியல்லாத (non-verbal) சைகைகள், உடல் அசைவுகள் ஊடாகவும் கட்டுண்டிருந்த ஆதிக்க அடிமை உறவுகளும் குறியீடுகளும் குடியானவர் கலவரங்களில் தலைகீழாக்கும் காரியங்களைச் செய்தன. முதலில் குடியானவர்கள் தங்கள் எதிராளிகளுடைய ஆதிக்க வகைக் குறியீடுகளை அபகரித்தார்கள்; அவற்றை அழித்து ஒழித்தார்கள் (appropriation & annihilation). இவ்வாறு செயல்படுவதன் வழியாகத் தங்களுடைய ஆட்பட்ட நிலையின் அடையாளங்களை அகற்ற முயன்றார்கள். குடியானவர் கலகங்கள் தலைகீழாக்கும் (inversion) உத்திகளைப் பின்பற்றின. இதனை ஆட்சியாளர்களும் வைதீக சுமிருதிகளும் கடுமையான தண்டனைக்குரிய குற்றச் செயல்களாகப் பார்த்தார்கள்.

ஆனால், குற்றம் என்பதிலிருந்து குடியானவர் கலகங்கள் வேறுபட்டிருந்தன. கலகம் மக்களுடைய வன்முறை; இது மக்கள் திரளின் விடுதலைக்குரிய வழிமுறை; ஆனால் குற்றம் என்பது ஒரு சிலர் அல்லது ஒரு சில குழுக்களுடைய சூழ்ச்சியின் விளைவு. கிளர்ச்சி/கலகம் என்பது சுரண்டப்பட்ட மக்களுடைய மிக வெளிப்படையான செல்நெறியாகும்.

காலனி ஆட்சிக்கு எதிராக கிராமப்புற மக்கள் நடத்திய போராட்டங்களில் 1. எதிரிகளுடைய வலிமையை நாசப் படுத்துதல் 2. அதிகாரக் குறியீடுகளை எரித்தல் 3. உண்ணல் (இது, தலைகீழாக்கலின் ஒரு கருவி) 4. எதிரிகளின் சொத்துக்களைக் கொள்ளையடித்தல் – குறிவைத்து அழித்தல் எனும் நான்கு உபாயங்கள் (strategies) இருந்ததாக குஹா விவரித்துள்ளார்.

முழுமையாக மொழியாக்கம் செய்யப்பட்ட 'வரலாற்றில் கம்மிய குரல்' கட்டுரை, அரசியத்தின் (*statism*) ஆணைகளின் ஓசையில் மூழ்கடிக்கப்பட்ட எண்ணிலடங்காத குரல்களைக் கேட்டு, அவற்றோடு உரையாடுவதன் வழியாகக் கடந்த காலத்தோடு உறவுகொள்ள முயல்வதைப் பற்றியதாகும். (அரசியம் என்பது ஆதிக்க அதிகாரம் பெற்ற கருத்தியலேயன்றி வேறில்லை என்கிறார் குஹா. இதுவே ஆதிக்க மதிப்பீடுகளை நிர்ணயம் செய்கிறது.)

சன்னமான 'வரலாற்றில் கம்மிய குரல், களைக்' கூறுகிற கதைகள் நான்கினைப் பற்றி மேற்குவங்க கிராமங்களில் காணப்பட்ட நோய், நோய்க்குரிய பரிகாரம், கழுவாய் கேட்டல், பிராமணர்கள் நோய் என்ற பாவத்தைப் போக்கும் கழுவாய்ச் சடங்குகளை விதித்தல் பற்றிய கதைகள் அவை. நோய் என்பது நோய் இயல் தன்மை கொண்டது என்பதைவிட அது ஆன்மீக சம்பந்தமாகக் கருதப்பட்டது.

நோய் ஒரு தீட்டு, இதை அகற்ற மருந்தைவிடப் பிராயச் சித்தமே தேவைப்படுவதென மக்கள் அன்று நம்பினார்கள். அதைப் பற்றிய குரல் கம்மிய குரலாக ஒலிக்கின்றது. (இன்றும் கூட நோய் போக்கப் பரிகாரச் சடங்கு கற்பிக்கப்படுகிறது. கிறிஸ்தவத்தின் பாவசங்கீர்த்தனம், பாவம் தீர்க்கும் பரிகார ஜெபம் இன்றும் அந்த எச்சத்தின் அம்சமாக இருக்கின்றது.)

தெலுங்கானா சுதந்திரப் போராட்டத்தில் பொதுவுடைமைக் கட்சி பல்லாண்டுகளாக நடத்திய ஆயுதப் போராட்டத்தில் பெண்களும் பங்கெடுத்தார்கள். அந்தப் பேராளிப் பெண்களின் குரல், 'எரிச்சலுக்கு ஆளானவருடைய ஒரு கம்மிய தொனியாக', 'வலியின் அடையாளமாக' இருந்தது. அந்தப் பெண்கள் தெலுங்கானாவின் உழைக்கும் மக்கள் கூட்டத்தைச் சேர்ந்தவர்கள்; இவர்களுக்குச் சொந்தமான நிலமும் நியாயமான ஊதியமும் கிடைக்கப்பெற்று அதன்மூலம் வாழ்க்கையின் பொருளியல் நிலைமைகளை முன்னேற்ற வேண்டும் என்ற நோக்கத்தை இயக்கம் முழுமையாக நிறைவேற்றவில்லை. இதைத்தான் அந்தப் பெண்கள் கம்மிய குரலில் பேசினார்கள்; பெண் விடுதலை அம்சத்தை (ஆண்) தலைமை மதிக்கத் தவறியதால் வந்த ஏமாற்றம் இது. ஏனெனில் பெண்விடுதலை அம்சம்தான் பெண்களைப் போராட்டத்திற்கான மக்கள்திரளாக அணி திட்டியது. சம உரிமை என்பது ஒரு சட்டச் சிக்கல் இல்லை; அது பெண்களுடைய சுயநிர்ணய உரிமை என்ற நிலையை எட்டியது. விடுதலை ஒரு முடிவல்ல; அது தொடர்ந்து செல்லும் ஓர் இயக்கம்; பெண்கள் அதன் பயனாளிகள் அல்லர்; அதன் முகவர்கள் என்பது உணரப்பட்டது.

சுந்தரய்யாவின் 'தெலுங்கானா மக்களுடைய போராட்டமும் அதன் படிப்பினைகளும்' என்ற நூல் பெண்களுடைய செயல்பாட்டை அங்கீகரிக்கவில்லை; பெண்களுடைய புரட்சிகர உணர்வு அதன் பழைய மரபுசார்ந்த கூட்டிலிருந்து விடுபட்டு மேலெழுந்து வருவதற்கு உதவ வேண்டும்; அவர்களைச் சரியான புரட்சிகரத் திசையில் செல்ல வழிவகை செய்ய முயல வேண்டும் என்று எழுதியுள்ளார். போராட்டத்தில் பங்கெடுத்த பெண்கள் வெறும் கருவிதான் என்று பார்க்கும் அதிகாரபூர்வ மான பார்வை மாறவே இல்லை. கட்சிக் கட்டுப்பாட்டைக் கேள்விகேட்பதே முறைமீறிய செயல் எனக் கட்சி அதனை நிராகரித்தது. சுந்தரய்யாவின் நூலில் வரலாறு பற்றிய அவருடைய நிலைப்பாடு, தந்தைவழிச் சமூக ஆட்சி முறையோடு முழுமையாக ஒத்துப்போகிறது என்கிறார் ரணஜித் குஹா. தெலுங்கானாவில் நிகழ்ந்த இந்தப் பாரபட்சம் உணர்த்தும் செய்தி முக்கியமானது.

'தனது வரலாற்றை எழுதத் தன்னை அர்ப்பணித்துக்கொண்டு அடங்க மறுக்கிற ஒரு விளிம்பு நிலையின் கம்மிய தொனிகளை...' உணரக்கூடிய புதிய வரலாறு எழுதப்பட வேண்டியதை குஹா தமது முடிவாக முன்வைக்கின்றார்.

'சமகாலப் பண்பாட்டுப் பால் (gender) பற்றிய ஒரு கோட்பாட்டிற்குரிய சிக்கல்கள்' கட்டுரை இந்தியப் பெண்களை முன்வைத்து, பண்பாட்டுப் பால் பற்றிய ஒரு கோட்பாட்டை உருவாக்கும் சிக்கல்களை 1980களின் இறுதி முதல் 1990களின் தொடக்கம் வரையுள்ள காலகட்டத்தில் எழுந்த புதுவித அரசியல் பிரச்சினைகள் முன்னுக்கு வந்தன. அவை:

மண்டல்/மந்திர் கருக்கலைப்பு ஹார்மோன்கள்/சாதி, பால் சாராய ஒழிப்பு ஆகியன புதிய அரசியல் பிரச்சினைகளாக மேலெழுந்தன. சாதி, மதச்சார்பு, மதச் சமூகம் (religious community) ஆகியவற்றோடு பொருளாதாரத்தைத் தாராள மயமாக்கலால் உண்டான புதிய சிக்கல்களும் சேர்ந்துகொண்டன.

ஷா பானு வழக்கில் இந்தியர் அனைவர்க்கும் ஒரேமாதிரியான குடிமைச் சட்டமுறை தேவை எனப் பெண்ணியவாதிகள் வலியுறுத்தியது, சிறுபான்மை மதச் சமூகமான முஸ்லிம் சமூகத்திற்கு எதிரானதாக எடுத்துக் கொள்ளப்படும் ஆபத்து உண்டானது. இந்து x முஸ்லீம், கிறிஸ்தவப் பெண்களுக்கும் சமூகங்களுக்கும் இடையில் ஒவ்வாமை உருவானது. பெண்ணியத்தின் இந்துத்துவா முகம் விசுவரூபம் எடுத்தது. இதனை 1992இல் ஏற்பட்ட பாபர் மசூதி இடிப்பில் கரசேவை புரிந்தோரின் பெரும் பகுதியினர் இந்துப்

பெண்களாக அமைந்தமை புலப்படுத்தியது. இதே போல ஆந்திர சுண்டூரில் படித்த தலித் இளைஞர்கள் மீது ரெட்டிப் பெண்கள் மீதான பாலியல் தொல்லை, பாலியல் அவமதிப்பு ஆகிய 'அநியாயங்கள்' கற்பிக்கப்பட்டு உயர்சாதி இந்துக்கள் படித்த தலித் இளைஞர்களைக் கொல்வதற்கான நியாயங்கள் முன்மொழியப்பட்டன.

ஹைதராபாத்தில் பெண்ணை (இந்து) கேலி செய்ததாகக் குற்றம் சாட்டிக் கைதாகி சித்திரவதைக்கு ஆளாக்கப்பட்ட முஸ்லீம் மாணவனுக்கு ஆதரவு தெரிவித்து நடந்த எதிர்ப்பு ஆர்ப்பாட்டத்தில் கலந்துகொள்ள இடதுசாரிப் பெண்கள் அமைப்புகள் ஊசலாட்டம் காட்டின!

தேசிய குடும்பக் கட்டுப்பாட்டுத் திட்டங்களில் ஒன்றான ஹார்மோன் சம்பந்தமான வெளிநாட்டு மாத்திரைகளையும் ஊசி மருந்துகளையும் அறிமுகப்படுத்தியதை ஒட்டி எழுந்த விவாதங்கள், பெண் சுதந்திரம், சுயநிர்ணயம், தேர்வு செய்யும் உரிமை ஆகியவற்றில் உள்ள முரண்பாடுகள், பண்பாட்டுப் பால் பற்றிய ஆய்வு சந்திக்கிற முரண்பாடுகள், வர்க்க ஆய்வு, சாதிய விடுதலை முயற்சிகள்; சனநாயகம், மதச்சார்பின்மை ஆகிய முரண்பாடுகளோடு அமைப்புரீதியிலான ஒற்றுமை கொண்டிருப்பதைப் பெண்ணியவாதிகள் உணர்ந்தார்கள்.

இவற்றை விளக்கும் விதமாக 1. மண்டல்/சுண்டூரு வெடிப்புக்களில் 1990களில் வெளிப்பட்ட பாரம்பரிய ஆதிக்கக் கலாச்சாரத்தின் பண்பாட்டுப் பாலின் நிலைப்பாட்டைப் பற்றிய ஆய்வு இடம்பெறுகிறது. இந்நிகழ்வுகளில், 'பெண்கள்' வித்தியாசமான விதங்களில் முன்னிருத்தப்பட்டிருந்தார்கள். பெண்களிடம் மனிதத் தன்னிலையோடு *(human subject)* 'உரிமைகள்' ஏற்றப்பட்டு, குடிமகள் – தன்னிலை *(citizen - subject)* என்றும், அரசியல் தன்னிலை *(political - subject)* என்றும் பிம்பம் ஆக்கப்பட்டது.

இது 1. பண்பாட்டுப் பால்/சாதி/மதச் சமூகம் (பழைய வர்க்கம்) ஆகியவற்றைச் சமூக மட்டத்தில் மட்டும் தெளிவாகப் பேசியது 2. இவற்றை ஒரு மனித சுயத்தின் தற்செயலான பண்புகள் எனக் குறிப்பிட்டது 3. அரசியல் தன்னிலையின் கட்டமைப்பில் பங்காற்றிய வரலாற்று – சமூக – பண்பாட்டு அம்சங்கள் புலனாகாதவாறு செய்தது.

மனித – இந்திய தன்னிலையில் *(human - Indian Subject)* அமைப்பாக்கம் இரண்டு விதங்களில் நடந்தேறியது. 1. மேற்கத்திய செவ்வியல் தாராளவாதத்தின் தன்னிலையோடு *(subject of Westerm classical liberalism)* கொண்ட ஏற்றத்தாழ்வு, எதிர்ப்பு ஆகியவற்றின் ஓர் இயங்கியல் *(dialectics)* உறவுமுறையின் வழியாக நிகழ்ந்தது.

2. உயர்சாதி, நடுத்தர வர்க்கம், இந்து, ஆண்பால் என்று அதன் அமைப்பாக்கம் வழியாக நடந்தது. இந்த உருவாக்கம் மனிதரைப் பிறராக ஆக்கும் (other) வினைபாடுகள்/வித்தியாசப்படுத்தும் முறைகள் வழியே நடைமுறைப்படுத்தப்பட்டது. எ-டு: தலித் சாதியின் கட்டுக்கு அடங்காத தன்மையானது உயர்சாதி/வர்க்கப் பெண்பாலின் கண்ணியத்தன்மைக்குப் 'பிறர்' ஆகக் கூறப்பட்டது. அல்லது முஸ்லீம் மதவெறித்தனம் இந்துச் சகிப்புத் தன்மைக்குப் 'பிறர்' என்று கூறப்பட்டது. இந்த அமைப்பாக்கம், வரிசையான மோதல்களின் ஊடாக விரிவாக்கப்பட்டு ஒன்று திரட்டப்பட்டது. வெளியில் புலப்படாதவாறு இது நடந்தது. இந்தக் குடிமகன் – சுயம் (citizen - self); நவீனமான, மதச்சார்பில்லாத, சனநாயகத் தன்மைகொண்ட ஒன்றாக வடிவமைக்கப்பட்டபோது அந்த அமைப்பாக்கம் வெளியில் புலப்படவில்லை.

மண்டல்: பிரதமர் வி.பி. சிங் 1990 ஆகஸ்டு 7ஆம் தேதி மண்டல் கமிஷன் பரிந்துரைகளை அமலாக்கும் அறிவிப்பை வெளியிட்டார். அரசுப் பணியிடங்களில் பிற்படுத்தப்பட்ட சாதிகளுக்கும் அட்டவணை/மலையின சாதிகளுக்கும் இடஒதுக்கீடு இதில் செய்யப்பட்டிருந்தது. இதனால் வடஇந்தியாவில் மாணவர்கள், பெற்றோர்கள் கலவரங்கள் வெடித்தன. வீதிகளைப் பெருக்குவது, 'பூட்சுக்கு பாலிஷ்' போடுவதுமுதல் தீக்குளித்து உயிர்விடுவதுவரை எதிர்ப்புக்கள் வெளிப்பட்டன. 'திறமைக்கு (merit) மதிப்பில்லை, தேசத்தை மீட்போம்' முக்கிய கோசங்களாக இருந்தன. (பிராமணர் முதலான பாரம்பரியமாக முன்னேறிய சாதிகளைச் சேர்ந்தவர்களின் மீட்பு அரசியலாக இது காட்சி தந்தது.) தார்மீக மதிப்புகள், சனநாயக அரசியல் கட்டமைப்பின் அழிவு என்று அறிவுஜீவிகள் குரலிட்டார்கள். ஊடகங்களால் மொட்டையாக 'மாணவர்' 'இளைஞர்' 'மக்கள்' என்று குறிக்கப்பட்டவர்கள் உயர்சாதியார் அல்லது நடுத்தர வர்க்கத்தைச் சேர்ந்தோர் மட்டுமே! நடுத்தர வர்க்கத்தார் மட்டுமே ஒரு சனநாயகத்தில் சட்டபூர்வமான அரசியல் குடிமக்கள் (legal political citizens of democracy) என்று எழுமாறு தலையங்கங்கள் எழுதப்பட்டன. இடஒதுக்கீடுகள் 'இரண்டாந்தரமான' ஒரு தேசத்தை உண்டாக்கும் என்று 1950களில் நேரு பேசியவை விரிவான சுற்றுக்கு விடப்பட்டன. இவர்கள் தங்களை மதச்சார்பின்மை, சமத்துவம் ஆகியவற்றைத் தூக்கிப் பிடிப்பவர்களாக நினைத்தார்கள். சாதி, மதச்சமூகம் பண்பாட்டுப்பால் ஆகியவற்றின் அடையாளங்களைக் கடப்பதன் வழியாக அல்லது அவற்றை மறுதலிப்பதன் மூலமாக சமத்துவத்தைச் சாதிக்கலாம் என்று விவாதித்தார்கள். மண்டல் எதிர்ப்புக் கிளர்ச்சிகளில் பெண்கள் பெரிதும் பாலியல்

உயிரிகளாகத் தோற்றமளிக்கவில்லை; சுதந்திரமான சமத்துவமான குடிமக்களாகவும் கலவரம் செய்யும் ஆண்களுடைய கூட்டாளி களாகவும் தோன்றினார்கள். மண்டல் ஆதரவுக் குழுக்களைச் சாதிய ஆதரவு சக்திகளாகவும் எதிர்ப்பாளர்களைச் சரியான அறிவொளிவாதிகளாகவும் வருணித்தார்கள். நேரு காலத்தில் சாதியம், மத அடிப்படைவாதம், நிலபிரபுத்துவம் ஆகியவை முன்னேற்றத்திற்குத் தடைகளாகப் பார்க்கப்பட்டன. இவற்றை வெல்தற்கு உதவுவது அரசின் பாத்திரமாகக் கருதப்பட்டது. ஆனால் நிதி – வங்கி ஆண்டுகளில் *(1980 – 1990)* இத் 'தீமைகள்' பொதுநலத் திட்டத்திலும் அரச கட்டுப்பாட்டிலும் உள்ள பொதுப்பணித் துறையிலும் வீற்றிருப்பதாகக் கற்பனை செய்தார்கள். பொதுப் பணித்துறையின் 'தோல்வியையும்' 'திறன் இன்மையையும்' இடஒதுக்கீட்டுக் கொள்கையின் விளைவுகளாக நோக்கினார்கள். திறனுடையதாக ஆக வேண்டுமானால் அதற்கு ஒரே வழி இந்தியாவை உலகப் பொருளாதாரத்தோடு ஒருங்கிணைப்பது; இதனை எட்ட வேண்டுமானால், அதற்கான வழிமுறை: இடஒதுக்கீட்டை ஒழித்துவிட்டு அவ்விடத்தில் தகுதி – திறமையின் ஆட்சியை ஏற்படுத்துவதாகும் என்றார்கள்.

மண்டல் எதிர்ப்புக் கிளர்ச்சியில் 'பெண்கள்' பண்பாட்டுப் பால் உயிரிகளாக *(gender beings)* இன்றி, குடிமக்கள் என்றே இடம்பெற்றார்கள். ஆனால் இவர்களுடைய ஊட்டமான முகங்களும் நவநாகரிக உடல்களும் தலித்துக்களைப் 'பிறர்' என்று கட்புலன்ரீதியில் உருவமைத்தன.

மண்டல் எதிர்ப்புப் பெண்களின் புகைப்படங்கள் 'தாழ்த்தப்பட்ட சாதியை' 'பெண்களுக்கு' எதிராக நிறுத்தின. உறுதியான மாந்தவிய *(humanism)* பெண்ணியத் தன்னிலைக்கு *(feminist subjectivity)* எதிராக நிறுத்தின. 'பண்பாட்டுப் பால், பெண்பால், பாலியல் தன்மை *(sexuality)* ஆகியவை பற்றிய விவரிப்பும் மேலாளுகையும் *(management)* சமூக சமத்துவமின்மையைத் தொடர்ந்து பேணுவதிலும் மறுஉற்பத்தி செய்வதிலும் ஈடுபட்டன.' மண்டல் எதிர்ப்புப் பெண்கள், தற்போது, பாலியல் தன்மை அற்றவர்களாக, பெண்களாக இன்றி, 'குடிமக்கள்' *(citizens)* என்ற நிலையில் (சாதி உயர்வு, வேலை, தன் சாதியைச் சேர்ந்த இளைஞன்) உரிமை கோரக் கற்றுக்கொண்டார்கள். ஏனெனில், பண்பாட்டுப்பால் என்ற நிலையில் உரிமை கேட்டால் (பெண் என்ற நிலை) நடுத்தரவர்க்கத்து ஆண்களுக்கு எதிராக இவர்களைக் கொண்டு வந்து நிறுத்திவிடும். சகோதரி நிலையை விடுத்துக் குடிமை உரிமைக்கு அவர்கள் உரிமை கோரியது இப்போது ஆண்களுக்கு

எதிராக மட்டுமின்றித் தாழ்த்தப்பட்ட சாதி/வர்க்கங்களைச் சேர்ந்த பெண்களுக்கும் எதிராக நிறுத்தியது!

கருத்தடைச் சாதனங்களான ஹார்மோன் மாத்திரை ஊசிகள், இந்திய ஏழை எளிய கிராமப்புற – நகர்ப்புற முஸ்லீம் பெண்கள் ஆகியோரை ஒரு கட்டுக்குள் செயல்படுத்தும் அறுதி இலக்கைக் கொண்டது. மூன்றாம் உலக ஏழைநாடுகளில் மட்டுமின்றி முதல் உலக நாடுகளிலும் கட்டுக்கடங்காத அதிகாரத்தை எதிர்க்கின்ற பெண்மக்கள் மீது பாவிக்கப்படத்தக்க மருந்தாக நார்பிளாண்ட் உருவாக்கப்பட்டது. இந்தியாவின் கிராமப்புற 'கும்பல்கள்', நகர்ப்புற ஏழைத் தலித் பெண்களும் முஸ்லீம் பெண்களும் இதன் இலக்கு!

ஆந்திராவில் எழுச்சிபெற்ற, அரசியல் கட்சிகளின் சார்பற்ற ஏழை/தலித் பெண்களின் சாராய எதிர்ப்புப் போராட்டம், அவர்களுடைய தன்னியல்பான – தன்னார்வப் போராட்டங்கள் வெற்றி பெற்றன. இந்தப் பெண்களை எல்லா அரசியல் கட்சிகளும் உண்மையான பெண்ணியத் தன்னிலைகள் *(feminist subjectivity)* எனப் பாராட்டின. காந்தியவாதிகள் முதல் தேர்தல் கட்சிகள் (பா.ஜ.க; தெலுங்கு தேசம் கட்சி), மார்க்சிய – லெனினியக் கட்சிகள்வரை (CPI, CPM, CPML) இவற்றின் பல்வேறு மகளிர் அமைப்புகள் சாராயத்தை எதிர்த்துப் போராடிய பெண்களுக்கு ஆதரவு தந்தன. இப்போராட்டத்தில் பங்கெடுத்த பெண்கள் பெரிதும் அட்டவணை இனத்தையும் பிற்படுத்தப்பட்ட சாதியையும் சேர்ந்தவர்கள். உயர்சாதிகளைச் சேர்ந்த பெண்கள் தங்கள் உடன்பாட்டை வெளியில் காட்டாமல் மௌனமாக ஆதரித்தார்கள்.

இந்நூலைச் செம்மையாக வெளியிடுகிற காலச்சுவடு பதிப்பகத்தாருக்கு நன்றி.

திருநெல்வேலி
அக்டோபர் 2016

ராஜ் கௌதமன்

1

கலக மனதின் அடிப்படைக் கூறுகள்

ரணஜித் குஹா

காலனிய இந்தியக் குடியானவர்களை மதமரபு ஆட்சிபுரிந்தது. மதமரபின் பக்தி என்கிற வழிபாட்டுமரபு நிலப்பிரபுத்துவக் கருத்தியிலின் அடிப்படையான தேவை என்பார். டி.டி. கோஸாம்பி. பக்தி என்றாலே ஒருவன் தன்னைத் தனது எசமானர்களுக்கு முற்றிலும் அர்ப்பணித்தலாகும். காலனிய இந்தியக் குடியானவர்கள், தங்களை ஆண்ட 'சர்க்காரி', 'சகுகாரி', 'சமீந்தாரி'களுக்கு அடிபணிந்திருந்தார்கள். தாழ்த்தப்பட்ட சாதியினர், உயர்சாதி எசமானர்களுக்காக உயிர்த்தியாகம் செய்தது பற்றிய கதைப் பாடல்கள் பல உள்ளன. குடகு நாட்டுப்புறக் கதை ஒன்றில், செத்துப்போன எசமான் சிதைமீது தாழ்ந்த சாதி அடிமை ஒருவன் விழுந்து உடன்கட்டை ஏறிய தகவல் வந்துள்ளது. இவனுக்கு, பிறகு, மூதாதையர் வழிபாட்டுத் தெய்வம் என்ற தகுதி தரப்பட்டது. உணவும் மதுவும் இவனுக்குப் படைக்கப்பட்டன.

இவ்வாறு கருத்துக்களின் அதிகாரத்தால் குடியானவர்கள் கட்டுண்டு இருந்தவரை ஆதிக்க வர்க்கங்களுக்குரிய அதிகாரம் பத்திரமாக இருந்தது. ஆனால் உரிய காலம் கனிந்தபோது இதே கட்டுண்ட நிலையிலிருந்துதான் அதிகாரத்தை எதிர்த்துக் கிளம்பிய கலகத்திற்கான வலிமையும் பெறப்பட்டது. ஆயினும் இதுவே முழுமையாகப் பரிணாமம் அடைந்த வர்க்க ஓர்மையை நிர்மாணித்துவிடவில்லை. அப்படிப்பட்ட வர்க்க ஓர்மையின் தொடக்கம் என்று இதனைக்

கொள்ளலாம். இந்நிலையை, 'எதிர்மறையான, எதிர்த்துப் பேசுகின்ற மனப்பான்மை' என்று கிராம்சி குறிப்பிடுவார். வரலாற்றுக்காலம் நெடுகவும் ஒடுக்கப்பட்டுவந்த கீழ்வர்க்கங்கள், தொடர்ந்து எதிர்மறைச் செயல்கள் ஊடாகத்தான் சொந்த விழிப்புணர்வைச் சாதிக்க முடியும் என்பார். கிராம்சி.

பல்வேறு வேறுபாடுகளைக் கொண்ட குடியானவர் கூட்டங்களில் ஒரு பகுதியாரிடம் வர்க்க ஓர்மை உருவாகியது. இதனை எதிர்மறை வர்க்க ஓர்மை என்றே காண வேண்டும். அதாவது, எதிர் வர்க்கத்தைப் பற்றிய, பிரபுக்களைப் பற்றிய ஓர்மை என்று கூறலாம். பதினெட்டு, பத்தொன்பதாம் நூற்றாண்டுகளில் காலனிய இந்தியாவில் நடந்த குடியானவர் கிளர்ச்சிகளை, இடதுசாரிகள், சோசலிச, பொதுவுடைமை இயக்கங்கள் வரலாற்றுக்கு முந்தைய விசயங்களாகவே பார்த்தார்கள். இந்தக் கிளர்ச்சிகள் நூற்றுக்கு நூறு ஒரு கோட்பாட்டின்படி திட்டமிடப்பட்டு, சற்றும் பிசகாமல், ஓர்மையோடு நடந்தால்தான் அவை சரியானவை, கவனத்தில் கொள்ளத்தக்கவை என்று பார்க்கும் பார்வை இது என்று கிராம்சி குறிப்பிடுவார்.

இவர்கள் நினைப்பதைப் போல, குடியானவர் கலகங்கள் ஒன்றும் திடீரெனத் தாமாகவே கிளம்பவில்லை. தானாகவே எதுவும் தோன்ற முடியாது என்பார் கிராம்சி. இவர்கள் கலகங்கள் காரியத்தோடுதான் வெடித்தன. குடியானவன் எதிர்க்கும்போது, தான் என்ன செய்கிறான் என்பதை அறிந்தே செய்தான். ஆதிக்க சக்திகளின் அதிகாரத்தை அழித்து அந்த இடத்தில் என்ன மாற்று அதிகாரத்தை நிறுத்துவது என்கிற குறிஇலக்கு இல்லாத காரணத்திற்காக இந்த எழுச்சிகளை அரசியலுக்கு முந்தியதாகக் கருத முடியாது. இந்தக் கிளர்ச்சிகளின் அரசியல் பண்பாடு அவற்றின் எதிர்மறை மற்றும் தலைகீழ்ப்படுத்தும் நடவடிக்கையால் நிரூபணமாகிறது. இவற்றில் பழமைவாதப்போக்கும் இருந்தது; தீவிரப் போக்கும் இருந்தது. ஆளும் பண்பாட்டிலிருந்து தேர்வு செய்யாமல் மரபாகப் பெற்ற அம்சங்களும் இருந்தன. அதே சமயம், கலகக்காரர்களின் வாழ்நிலைமைகளை உருமாற்றுகின்ற தீவிரச் சாய்வும் இருந்தது.

காலனிய இந்தியாவில் வெடித்த இந்தக் கிளர்ச்சியின் எதிர்மறைகள் இருவகையான கொள்கையால் செயல்படுத்தப் பட்டன. ஒன்று: தேர்ந்தெடுத்துத் தாக்குவது. தாக்குவதில் தரம் பிரிப்பது; வரிசையறிவது. குறிப்பிட்ட எதிரிகளின் தொகுதியி லிருந்து ஓரிரு உடைமைப் பிரிவினரை இனம் கண்டு தாக்குவது. இதனை ஓர்மையான பகை என்பார் ஹில்டன். இரண்டு: எதிரிகளில் குறிப்பிட்ட பிரிவினர் அல்லது குறிப்பிட்ட பொருட்கள்மீது தாக்குதல் தொடங்கி, விரிவடைந்தது,

தாக்கப்படுகின்றவர்களோடு ஒப்புமை கொண்ட ஏனைய எதிரிப் பகுதிகளின்மீதும் தாக்குகின்ற பொதுத் தாக்குதலாக இடம்பெயருகின்ற நிலை. இந்த இயக்கத்தை ஒப்புமையும் இடப்பெயர்ச்சியும் என்று கூறலாம். நிலக்கிழார்களை எதிர்த்துக் கிளம்பிய கலவரங்களில் பல, அரசாங்கத்தை எதிர்க்கும் இயக்கமாக இடம்பெயர்ந்துள்ளன. உதாரணத்துக்கு மாப்பிள்ளைமார் கலவரங்களைச் சொல்லலாம். இதற்கு நேர்மாறாக, ஐரோப்பிய தோட்டப் பண்ணையார்களுக்கு எதிராகத் தொடங்கிய சாயக்கலகங்கள், சமீன்தாரிகளுக்கு எதிரானதாக இடம்பெயர்ந்தது. அன்றைய பிரிட்டிஷ் காலனிய அதிகாரத்தின் முத்தரப்பாக விளங்கிய சர்க்காரி, சகுகாரி, சமீந்தாரி ஆகியற்றை எதிர்த்துக் குடியானவர்கள் கலகங்கள் கிளம்பியது ஓர் அரசியல் உண்மை. அன்றைய குடியானவரிடையே தோன்றிய மிகவும் சன்னமான அரசியல் ஓர்மை இதுவாகும்.

குடியானவர் கலகங்களின் எதிர்மறைக் குணத்தின் இன்னொரு வெளிப்பாடு, ஆதிக்கம் புரிந்த அதிகாரத்தின், அதிகாரபூர்வமான குறிகளை அழித்தல் அல்லது அபகரித்தல்.

‘தலைகீழாகப் புரட்டுவோம்’ என்பது போன்ற முழக்கங்கள் இதில் அடங்கும். இதே முழக்கத்தை எதிரிகளும் கையாளுவார்கள். ஓர் எச்சரிக்கைபோலக் கூறுவார்கள். கலகம் புரிபவர்கள் மட்டுமின்றி, கலகத்தை அடக்கும் சக்திகளும் ‘தலைகீழாக்குதல்’ என்கிற எதிர்மறை உத்தியைக் கையாளுவார்கள். அன்றைய மனுவும்கூட அரசன் தண்டம் என்கிற அதிகாரத்தைச் சரிவரப் பயன்படுத்தாவிட்டால், யாகத்திலுள்ள அவியைக் காகம் தின்னும், நாய் நக்கும், யாருக்கும் உடைமை பூணும் உரிமையின்றிப் போகும்; கீழானது மேலாகும் என்று எச்சரித்துள்ளார். கலகக்காரர்கள், கீழானவற்றை மேலுக்குக் கொண்டுவருபவர்களாக ஆதிக்க சக்திகள் விளக்கும். இப்படிக் கீழ் மேலாகும் என்பது பற்றிய பார்ப்பன பயம், கலிகால முடிவில் ஏற்படப்போகும் பேரதிர்ச்சி தரும் கீழ்மேல் மாற்றம் பற்றிய சித்திரத்தில் காணப்படுகிறது. இதுபற்றி ‘வாயு புரணம்’ குறிப்பிடும்போது பார்ப்பனர்கள் சூத்திரரைப் போலவும், சூத்திரர் பார்ப்பனரைப் போலவும், அரசர்கள் திருடர்களாகவும், திருடர்கள் அரசர்களாகவும் மாறுவார்கள். கணவர்களுக்கு மனைவிகள் துரோகம் புரிவார்கள். வேலைக்காரர்கள் எசமானர்களுக்கு விசுவாசமின்றி நடப்பார்கள் என்று எச்சரித்துள்ளது.

இப்படிப்பட்ட கீழ் மேலாகும் நிகழ்வு, நிஜ வாழ்வில் நடக்காமல் தடுப்பதற்கு எல்லா மரபான சமூகங்களின் மேலாதிக்கப் பண்பாட்டில், ‘கீழ் மேலாதல்’ சடங்கு ஆண்டுக்கு ஓரிரு தடவைகள் நிகழ்த்தப்படுகின்றன. குறிப்பாக மதத்தின்

மூலமாக இது புனிதச் சடங்காக ஊடகப்படுத்தப்படுகிறது. இப்படிப்பட்ட சலுகை தரப்படும் சந்தர்ப்பங்களில் அமைப்பு ரீதியில் தாழ்த்தப்பட்டவர்கள், தங்களைவிடச் சமூகத்தில் உயர்ந்தவர்களின் அந்தஸ்தை தற்காலிகமாகப் பெறுகின்ற உரிமம் பெறுகிறார்கள். வேலைக்காரர்கள் எசமானர்களாவும், பெண்கள் ஆண்களாகவும், குழந்தைகள் பெரியவர்களாகவும் நடிக்கிறார்கள். ஆதிக்கம் – கீழ்ப்படிதல் ஆகிய நிலைமைகளுக்குரிய காட்சி மற்றும் வார்த்தை வகைப்பட்ட குறிகள் தற்காலிகமாக இடம்பெயர்கின்றன. ஆனால் இந்தவிதச் சடங்குத்தனமான கீழ்மேல் மாற்றங்கள் எல்லாம் சமூக ஒழுங்கை அழிக்கவோ, பலவீனப்படுத்தவோ செய்வதில்லை; மாறாக அதனை மேலும் பலப்படுத்துகின்றன.

உதாரணமாக, மலபார் தெய்யம் பண்டிகையில், நாயர்களின் பகவதிவிழாவில், கீழ்ச்சாதியைச் சேர்ந்த சாமியாடி முகமூடியணிந்து நாயர் சாதியாருக்கு ஆசி வழங்கி, எச்சரிக்கை செய்து, தானம் கேட்டு, இறுதியில் முகமூடியைக் கழற்றிவிட்டுத் தனது சடங்குச் சேவைக்காக அவர்களிடமிருந்து உரிய சன்மானங்களைப் பெறுவதைக் கூறலாம். இதனால் நாயர்களின் மரபான அதிகாரம் மீண்டும் வலியுறுத்தப்படுகிறது. எனவே தற்காலிகமாக அனுமதிக்கப்படும் தலைகீழ் மாற்றம் என்பது பெரும்பாலும், அதிகாரத்தை வலுப்படுத்தவே செய்யும். ஹோலி பண்டிகையும் இந்தவகைப்பட்டதே. கற்காலத்தின் தோன்றி வளர்ந்த இந்தச் சடங்கின் மீது பார்ப்பனிய இந்துத்துவம் முழு சாத்திர அந்தஸ்தை வழங்கியது. உண்ணாவிரதம், குளியல், பூசை முதலியவற்றைக் கொண்ட முழு விரதமாக இது ஆகியுள்ளது. இந்தச் சடங்கின்போது சாதி, குடும்பம், பால் உறவுகள் எல்லாம் குலைகின்றன, கெட்ட வார்த்தைகள், வசைகள், உடல்வகை வன்முறைகள் இடம்பிடிக்கின்றன. இவற்றுக்குத் தண்டனைகள் இல்லை. ஏனெனில் இந்தச் சடங்குவகை மீறல்கள் நிஜமான மீறலைக் காட்டுவது கிடையாது. இவை வழுவமைதிகளைப் போன்றவை.

ஆயினும் இப்படிப்பட்ட சில சந்தர்ப்பங்களில், இதில் பங்கு பெறுகிறவர்களின் தூண்டுதலால், திடீரென மாற்றம் ஏற்படலாம். கேலியான கிளர்ச்சியாக உத்தேசிக்கப்பட்டது, நிஜமான கிளர்ச்சியாக மாறலாம். பண்டிகைக் கொண்டாட்டம் கலவரமாக ஆகலாம்.

மதச்சார்பான திருவிழாக்கள் கலவரத்தைத் தூண்டி விட்டுள்ளன. தீபாவளி, முகரம் பண்டிகைகள் சிப்பாய்க் கலகங் களைத் தூண்டியுள்ளன. ஆனாலும், பொதுவாக இப்படிப்பட்ட நிகழ்வுகள் பாதுகாப்பு உபாயங்களாகவே உள்ளன.

இவை, சமூகத்தின் அரசியல், ஒழுங்கு அமைப்பைத் தொடரச் செய்கின்றன. அவற்றைப் புனிதப்படுத்துகின்றன. குடியானவர் கிளர்ச்சியைத் தொடர்ச்சியறுப்பாக, புனிதமற்றதாக ஆக்குகின்றன. கிளர்ச்சியின் பணி, விசயங்களை உண்மையாகத் தலைகீழாக்குவதாகும். ஆதிக்கம் – ஆட்படுதல் என்ற உறவின் அடிப்படையான ஒழுங்கைக் குலைக்கின்றது. ஒரு குறிவகைப்பட்ட உடைப்பைச் செய்கிறது.

மதம் மட்டும், சுருபம், படிமம் என்று குறிமயப் படுத்தப்படவில்லை. அரசியலும் மிக அதிக அளவில் குறிமயப்படுத்தப்பட்டுள்ளது. உதாரணமாக, நிறங்கள், வில்லைகள், கட்சிகள், சீருடைகள் போன்றவை அரசியலில் குறிமயப்படுத்தப்பட்டவையாகும். அதிகாரம் – ஆட்படுதல் என்கிற உறவு, விரிவான குறியீடுகள் மூலமாகச் செயல்படுகின்றது. இந்தக் குறிகள், விதிகளாக ஒழுங்கமைவு பெற்றுள்ளன.

அடித்தள மட்டங்களில் நூற்றாண்டுகாலமாக பூர்வமக்கள் மரபில் புதையுண்டிருந்த குறிகளைக் கற்ற – வைதீக சக்திகள் சுமிருதிகளில், திட்டவட்டமான சட்டங்களாக உருவாக்கி வைத்தன. புரோகிதக் குறுக்கீட்டால் இவை புனிதத்துவம் பெற்றன. இந்திய நிலப்பிரபுத்துவம் முதிர்ச்சிபெற்ற காலகட்டத்தில், இவை, பெற்றோர் – பிள்ளைகள், குரு – சீடன், கடவுள் – மனிதன் முதலான முக்கிய அதிகார உறவுகளாக, மாதிரிச்சட்டகங்களாக உருவெடுத்தன. ஏனைய உறவுகள், இவற்றை முன்மாதிரியாகக் கொண்டு முறை செய்யப்பட்டன. இதனைப் பதிவு செய்தன சுமிருதிகள். முன்னோர் கூறியவற்றில் முக்கியமான ஏறுவரிசைக் கிரமங்களை அப்படியே திரும்பக்கூறும் மரபும், புதியவற்றைப் பழைய மாதிரிச் சட்டகங்களோடு இணைக்கும் முயற்சியும் இணைந்து ஒரு பொதுவான அமைப்பு, ஒழுங்கு உருவாகி, மொத்த சமூகத்தில் ஆதிக்கம் – ஆட்படுதல் என்பதைக் குறிப்பீடு செய்தது. காலனி ஆட்சி ஏற்பட்ட காலத்தில் அதன் கையில் நன்கு வளர்ச்சி பெற்ற குறியியல் எந்திரம் கிடைத்தது. தனது அதிகாரத்தை வெளிப்படுத்த இந்த எந்திரம் வாகாக அமைந்தது. ஆளும் பண்பாட்டில், ஆதிக்கம் – ஆட்படுதல் என்கிற உறவுமுறை எப்படிப்பட்ட விதங்களில் பிரதிநிதித்துவம் செய்யப்பட்டுள்ளன என்பதைக் காணலாம்.

முதலில் பேச்சில் வரையறுக்கப்பட்ட வேறுபாட்டைப் பார்க்கலாம்.

குடும்பத்தில், சிறியவர்கள், மூத்தவர்களைப் பெயர் சொல்லி அழைக்கக்கூடாது. அப்படி அழைப்பது மரியாதைக்குறைவு. பெண்ணுக்கு இந்தத் தடை அதிகம். அவள் கணவன் மற்றும்

அவனுடைய உறவினர்களின் பெயர்களை உச்சரிக்கலாகாது. பேச்சிலுள்ள இந்தத் தடைகள், குருதி உறவு, பால், வகைப்பட்ட அந்தஸ்தை வரையறை செய்தன. இதற்கும் அதிக அளவில், இவை சாதி, வர்க்க உறவில் வரையறை செய்தன. இன்ன வருணத்தாரிடம் இப்படிப் பேசலாம் என்கிறது மனுசுமிருதி. மொழியின் பயன்பாட்டை வைத்துச் சாதியின் அந்தஸ்தைப் பதிவு செய்யும் வழக்கம் கி.பி. பத்தொன்பதாம் நூற்றாண்டுவரை மலபாரில் இருந்து வந்தது.

பெரிய சாதிக்காரரோடு பேசுகையில் சின்னச் சாதிக்காரன் பேச்சின் ஊடே ஊடே தன்னைத் தாழ்த்திக் கேவலமாகப் பேச வேண்டும். தனது சாப்பாட்டை, வீட்டை, உடைமையைக் கேவலமாகப் பேசவேண்டியது முறை. மலபாரில், வசிக்கும் வீட்டை, சாதிக்கு ஏற்றவாறு வித்தியாசமான பெயர்களில் கூற வேண்டும். பறையன்வீடு 'சேரி', செர்மான் வீடு 'சாலை', கொல்லர், தச்சர், நெசவாளர், கள் இறக்குவோர் (தீயர்) வீடு 'புரம்' அல்லது 'குடி'. கோவில் பணியாளர் வீடு 'வரியன்', அல்லது பிஷரம்'. நாயர்வீடு 'வீடு' அல்லது 'பவனம்'. நாயர் சாதியில் ஆண் இருக்கும் இடம் 'இடம்' எனப்படுகிறது. அரசன் வாழும் வீடு 'கோவிலகம்' அல்லது 'கோட்டம்', நம்பூதிரி பார்ப்பனர் வீடு 'இல்லம்'. இவர்களில் உயர்ந்த பதவி வகிப்பவர் வீடு 'மனை' அல்லது 'மனக்கள்' என்று அழைக்கப்பட்டதாக லோகன் விவரித்துள்ளார்.

செம்மொழி, கொச்சைமொழி என்கிற ஏற்றத்தாழ்வான பிரிவிலும் ஆதிக்கம் – ஆட்படல் உறவு பிரதிநிதித்துவம் ஆவதைக் காணலாம்.

மதப்பிரசங்கம், கல்வி மற்றும் அரசியல் விரிவுரைகள், தனியார் கடிதத்தொடர்பு, பத்திரிகைத் தலையங்கம் முதலான வற்றில் செம்மொழியும், வேலைக்காரர்கள், தொழிலாளிகள், ஏவலாளர்கள், குடும்பத்து உறுப்பினர்கள், நண்பர்கள் ஆகியோரின் உரையாடல்களிலும் நாட்டுப்புற இலக்கியம் முதலானவற்றிலும் வேறுவிதமான மொழியும் காணப்படுகின்றன. தென்னிந்தியாவில் தமிழ்ப் பார்ப்பனர் மற்றும் பார்ப்பனர் அல்லாதார் வட்டார வழக்குகளில் காணப்படுகின்ற வேறுபாடும் இப்படிப்பட்டதே. கன்னடத்திலும் இந்நிலை உண்டு. இந்தி பேசும் வட இந்திய கிராமங்களில், தாழ்சாதி ராஜபுத்திரர் பேச்சு கொச்சைப் பேச்சாகவும், பணக்கார ராஜபுத்திரர் பேச்சு உயர்தரப் பேச்சாகவும் வகை செய்யப்படுகின்றன. பெரிய சாதிக்காரர்கள், தாழ்சாதிக்காரரிடம் கொச்சை மொழியிலும், தங்களுக்குள்ளே உயர்தரப் மொழியிலும் பேசுகிறார்கள். குறிப்பாக மதம், அரசியல் சம்பந்தமாகப் பேசும்போது திராவிட மொழிகள் செந்தமிழ் –

கொடுந்தமிழ் வழக்குகள் இந்த அடிப்படை கொண்டவை. செந்தமிழ்ப் பேச்சு கற்றோர் மற்றும் அதிகாரபூர்வத்தின் குறிப்பாக உள்ளது. இது, ஏனைய மக்களின் பேச்சில் இல்லை. அவர்கள் இதற்கு உரியவர்களாக இல்லை.

மனுவில், மொழிக்கும், பேசுபவன் – கேட்பவன் ஆகியோருக்கு இடையிலுள்ள ஏற்றத்தாழ்வான இடைவெளிக்கும் உள்ள உறவு கூறப்படுகிறது. பார்ப்பனரை அவதூறு பேசும் சத்திரியருக்கு நூறு பணமும், வைசியருக்கு நூற்றைம்பது முதல் இருநூறு பணமும், சூத்திரருக்கு வதையும் தண்டனையாகக் கூறப்பட்டுள்ளது. சூத்திரனின் பேச்சுறுப்பாகிய நாக்கை அறுப்பது அவதூறு பேசியதற்குரிய தண்டனை.

மௌனம் என்பது ஆதிக்கத்துக்கு ஆட்பட்ட நிலையின் அடையாளமாகும். தென்னிந்தியாவில் பண்ணையாட்கள், தம் ஆண்டைகளிடமிருந்து உத்திரவுகளைப் பெறுகிறபோது கையால் தம்முடைய வாயைப் பொத்துவது, பண்ணையாட்கள் மீது ஆண்டைகளுக்குள்ள அதிகாரத்தை அங்க அசைவின் மூலமாக, மொழிகடந்தவிதமாக அங்கீகரிக்கும் செயலாகும். ஆண்டையின் சொல்லுக்குச் சொல் பதில் கூறுவது ஆட்களின் அதிகப்பிரசங்கித்தனமாகக் கண்டிக்கப்படும்.

ஆனால் குடியானவர் கிளர்ச்சியின்போது இந்த முறைகள் எல்லாம் மீறப்படுகின்றன. கிளர்ந்து எழும் குடியானவர்களின் பேச்சு வன்முறையாக, சீற்றம் மிக்க வசையாக, வார்த்தையின் கௌரவம் மிகவும் கீழ் இறங்கியதாக அமையும். இந்தியக் கிராமங் களில் சாதி வர்க்கங்களுக்கு இடையில் நடக்கும் பகிரங்கமான கைகலப்புக்களில் வார்த்தைகள் எப்போதும் வசைகளாகின்றன. 'கெட்ட' வார்த்தைகள் அடுக்கடுக்காக வெளிப்படும்.

குடியானவனுக்கு எழுதப்பட்ட வார்த்தை வெறுப்பைத் தந்தது. குமாஸ்தாக்களும் நீதிபதிகளும் வழக்கறிஞர்களும் நிலப்பரப்புக்களும் வைத்திருக்கிற அலுவலகத்தாள்கள் தன்னை யும் தன் குடும்பத்தையும் நிரந்தர அடிமைகளாக்கும்; வாழ்வைப் பறித்துவிடும் என்பதை எப்படியோ அவன் அறிந்திருக்கிறான். எழுதுதல் என்பது அவனுடைய எதிரியின் அடையாளம், எழுத்து மனிதரைச் சுரண்டும், அறிவை, ஒளியைத் தராது என்று நினைக்கிறான் என்பார் லெவிஸ்த்ராஸ். அதாவது எழுத்துக்கும் அதிகாரத்துக்கும் உள்ள உறவை உணர்ந்திருக்கிறான் எனலாம்.

கிளர்ச்சிகளின்போது தங்களால் வேறு ஏதும் செய்ய முடியாத நிலையில், குடியானவர்கள், சமீன்தாரி, சகுகாரி, சர்க்காரிகளிடமிருந்த ஒப்பந்தப் பத்திரங்கள், கோப்புக்கள், கச்சேரி, காடி, அரச அலுவலகங்கள் ஆகியவற்றை எரித்தார்கள்.

கிராமத்தானுக்கு, எழுத்து என்பது ஆதிக்கத்தின் குறியீடு. அரை நிலப்பிரபுத்துவ சமுதாயத்தில் ஆதிக்கப்பகுதி, எழுத்தை, எழுதுவதை மத ரீதியானதாகவும், மந்திர சக்தியாகவும் கருதியது. எழுதுவது என்பது திறன் அல்ல, அருள் என்று கருதப்பட்டது. எழுதப்பட்ட எழுத்துக்கு மாந்திரீகப் பண்பு இருப்பதாகக் கருதப்பட்டது. இந்துமதத்தில் எழுத்து என்பது புரோகிதர், கணேசர், சரஸ்வதி ஆகியோரோடு சம்பந்தப்பட்டதாக, புனிதமானதாகப் பார்க்கப்படுகிறது.

இனி, மொழியல்லாத, மொழிக்குத் துணையான ஆதிக்க வெளிப்பாடுகளைக் காணலாம். இவை, சைகைகள், உடல் அசைவுகள் முதலிய குறிகளைக் கொண்டவை. இவற்றோடு காலம், இடம் ஆகியவற்றில் செய்யப்படும் இடைவெளிகளும் வார்த்தைமூலம் அல்லாதபடியான ஆதிக்க வெளிப்பாடுகளில் அடங்கும். ஒவ்வொரு சமூகமும் தனது பண்பாட்டின் அடிப்படைக் கொள்கைகளைச் சேமித்து வைக்கிற ஒரு ஞாபகமாக, உடலைக் கருதுகின்றது. இந்நிலையை எழுதப்படிக்கத் தெரிந்த சமூகத்துக்கு முந்தைய சமூகங்களில் முழுமையாகக் காணலாம். ஏனெனில் இத்தகைய சமூகங்களில் பதிவு செய்ய வேறெதுவும் இருந்ததில்லை. எனவேதான் இந்து தர்மசாத்திரங்களில் 'சைகைகள்' முக்கிய இடம் வகிக்கின்றன.

மனுசுமிருதியில் பல இடங்களில், எழுந்து நிற்றல், நெடுஞ் சாண்கிடையாகப் படுத்தல், பாதங்களில் விழுதல் முதலிய சைகைகள், ஆட்பட்ட தகுதியைச் சுட்டுகின்றவையாகக் கூறப்படுகின்றன. உடலின் மொழியாகிய இந்தவித சைகைகளின் அதிகாரம், சாத்திரங்களில் மட்டுமின்றி, அரசு அதிகாரத்திலிருந்தும் பெறப்படுகின்றது.

முகலாய அரசுகள் உருவாக்கிய சலாமிடுதல் போன்ற சைகைகள், பிரிட்டிஷார் காலத்திலும் தொடர்ந்தன. குனிதல், பாதங்களைக் கையால் தொடுதல் முதலான சைகைகள், தந்தை – மகன், கணவன் – மனைவி, ஆண்டை – பண்ணையாட்கள், உயர் சாதிக்காரர் – தாழ்சாதிக்காரர் ஆகியோரிடையிலும் காணப் படுகின்றன. உயர் சாதியாரின் காலில் விழுவது, தலை தரையில் படுமாறு வணங்குவது முதலான தொன்மையான அடிமைச் சைகைகள் பேரரசுகள் எழுந்து வீழ்ந்ததால் மாற்றம் பெற வில்லை; மாறாக, வெகு மக்களின் வன்முறைப் போராட்டங்களின் குறுக்கீடு காரணமாகவே மாற்றம் நிகழ்த்தப்பட்டது.

குடியானவர் கிளர்ச்சியின்போது குடியானவர்களின் அவமரியாதை புரியும் சைகைகள் அவர்களுடைய எதிரிகளைப் புண்படுத்தின. இந்தவிதத் தாக்குதல், சரீரத் தாக்குதலைவிடக் குறைந்ததல்ல.

காலம், இடம் ஆகியவற்றில் உள்ள தொலைவுகளும், ஆதிக்கத்தின் அளவுகளைச் சுட்டும். முதல் மரியாதை பெறும் உரிமை, கால அளவில் முதல் நிலையில் ஏற்படுகின்ற அதிகாரத்தை உணர்த்தும். சாதி வரிசையில் இந்த முதல் மரியாதை செயல்படு கிறது. இடத்தில் உள்ள தொலைவுகளிலும் இந்த வரையறை உண்டு. அரசனுக்கு அருகில் நிற்றல், எட்ட நிற்றல் என்பவை அரியாசனத்துக்கும் அவனுக்கும் உள்ள உறவைச் சுட்டின. வயதில் மூப்பு என்பது கால அளவில் உண்டாகும் அதிகார அடையாளம். பெரியவர்களுக்கு அருகில் பக்கத்தில் நடக்காமல் சிறியவர்கள் சற்றுப் பின்னே வருதல், கணவனுக்குப் பின் மனைவி தொடர்ந்து வருதல் ஆட்பட்ட நிலையின் இடவகையான அடையாளங்கள். இருக்கையில் அமர்தல், தள்ளித் தரையில் அமர்தல், தூரத்தில் நிற்றல் ஆகியவை இடரீதியில் சாதி மற்றும் பொருளதார ஏற்றத்தாழ்வைச் சுட்டின.

மீசையை மேல்நோக்கி முறுக்கிவிடுவது இந்தியாவின் உயர்சாதியாரின் ஸ்டைல். கீழ்ச்சாதிக்காரன் முறுக்குமீசை வைத்தால் உதைத்துச் சிரைக்கப்பட்டு ஊர் எல்லையைவிட்டே துரத்தப்படுவான். இதேபோல் உடை, அணிபவை ஆகியவற்றிலும் அந்தஸ்து அடையாளம் உண்டு. வேலைக்காரப்பெண் மூக்குவளையம் அணியக்கூடாது; கீழ்ச்சாதிப்பெண் தங்க அணிகலன் பூணக்கூடாது; பெரியசாதிப் பெண்களிலிருந்து பார்த்த மாத்திரத்திலே ஆடை, அணிகலன்களில் கீழ்ச்சாதிப் பெண்கள் வேறுபடவேண்டும் என்று விதிக்கப்பட்டது. குடை பிடிப்பதும், செருப்பணிவதும் உயர்தகுதி அடையாளங்கள். குடைபிடித்தல் என்பது பிரபுத்துவ முடியாட்சிக் காலந்தொட்டு இன்றுவரை உயர்தகுதியின் குறியீடாகத் தொடர்ந்துள்ளது.

கீழ்வெண்மணி நிலக்கிழான், கம்யூனிஸ்டுகளின் பேச்சைக் கேட்டு, கூலிச் சனங்கள் தற்போது தன்வீட்டு வராண்டாவில், செருப்புப் போட்ட காலுடன் நின்று, எதிர்த்து நேருக்கு நேர் பேசுவதை அவமரியாதையாகக் குறிப்பிட்டதைப் பார்க்கிறபோது செருப்புப் போடுவதன் பின்புலம் விளங்கும்.

அனைத்தையும்விட, ஆடை, உடைகளில்தான் அதிகபட்ச மான குறிமயமாக்கல் நிகழ்ந்துள்ளன. உடலைவிட ஆடையே உயர்ந்தபட்ச குறிப்பீடாகும் என்பார் பார்த் *(Roland Barthes)*. இந்தியாவில், உயர்சாதியார்க்கு முன்பாக, கீழ்ச்சாதியார்கள் தங்கள் இடுப்பிற்கு மேல் ஆடை அணியக் கூடாது. தலைப்பாகை அணிவது உயர்ந்தவர்களின் தகுதி.

போக்குவரத்து முறைகளிலும் ஆதிக்க – ஆட்பட்ட குறியீடுகள் உள்ளன. கீழ்ச்சாதியார்கள், உயர்சாதியார் தெருவில் நடக்கலாகாது; அவர்கள் எதிரில் குதிரைச் சவாரி

போகக்கூடாது. பல்லக்கில் போகக்கூடாது. சந்தால் கிளர்ச்சிகளில், ஆதிக்கப்பகுதியார்களின் தலைப்பாகை, குதிரை, பல்லக்கு ஆகியன அபகரிக்கப்பட்டுப் பயன்படுத்தப்பட்டன. உயர்ந்தவர்களின் அதிகாரத்தை அபகரிக்கும் நோக்கோடும், அதனைக் கிண்டல் செய்யும் நோக்கோடும் இவை பயன்படுத்தப்பட்டன.

குடியிருக்கும் வீடுகளின் தோற்றம் ஆதிக்கத்தின் முக்கிய அடையாளம். ஒய்யாரத்தோற்றம், கிளர்ச்சிகளின்போது சினத்தை ஊட்டியது. இவை தாக்குதலின் இலக்குகளாயின. ஆங்கிலேயர் ஆட்சியில் 'பங்களாக்கள்', வெள்ளையர் அரசின், ஆதிக்கத்தின் குறியீடுகளாயின. சந்தால் கலவரங்களில் எரிக்கப்பட்ட பங்களாக்கள் பல.

சமாதான காலங்களில், ஒடுக்கப்பட்டவன் தனது அடையாளத்தைத் தனது சொந்தப் பண்பாட்டின்படி முன்னிறுத்தாமல், தனது எதிரியின் பண்பாட்டைப் பின்பற்றுகிற எதிர்மறை ஓர்மை கொண்டவனாக இருக்கிறான். இந்தப் போக்கு, கலவரங்களின் போது அதிகரிக்கிறது. 1855ஆம் ஆண்டில் நடந்த சந்தால் கிளர்ச்சியின்போது இரண்டு பார்ப்பனப் பூசாரிகளைக் கடத்திவந்து சரியான சடங்கு காரியங்களைச் சந்தால் இனத்தார் செய்தார்கள். மேல்வருண தருமங்களைச் சூத்திரர்கள் கடைப்பிடிப்பது கலிகாலத்தின் அழிவு என்கிறது புராணம். இந்துமதத்தின் தலையான குறியீடு: கோவில். இது அந்தந்தப் பகுதியில் வாழும் இந்து நிலக்கிழாரின் குடும்பத்தால் பராமரிக்கப்பட்டது. இது அவனுடைய கௌவரக் குறியீடு. அவன் வாழும் இடத்திற்கு அருகில்தான் கோவில் இருக்கும். இந்தக் கோவில், இந்து நிலச்சுவான்களுக்கும், இந்துக்களல்லாத குடியானவர்களுக்கும் இடையில் ஏற்பட்ட மோதலுக்கு காரணமாகியது பலமுறை.

ஆக, ஆயுதக் கிளர்ச்சியின் முதன்மையான போர்முறை தலைகீழாக்குதலாகும். இது ஓர் அரசியல் போராட்டம். இதில், கிளர்ச்சிக்காரர்கள் தங்கள் எதிரிகளுடைய ஆதிக்கக் குறியீடுகளை அபகரித்தார்கள் அல்லது அழித்தார்கள். இதன் மூலமாகத் தங்களுடைய ஆட்பட்ட நிலையின் அடையாளங்களை அகற்ற முயன்றனர். இதனால், தவிர்க்கவியலாதபடி இவர்களுடைய போராட்டம், எதிர்மறையாகக் கட்டமைக்கப்பட்டதாக ஆகியது. எந்த அதிகார அமைப்பிற்கு எதிராகக் கிளர்ந்து எழுமாறு தள்ளப்பட்டதோ அதிலிருந்தே தனக்குரிய கருவிகளை எடுத்துக் கொண்டது. இவ்வாறு குடியானவன், 'கடன்வாங்கிய மொழியில்' பேசினான். இந்த மொழியைத் தவிர (எதிரியைத் தவிர) அவனுக்கு வேறெதுவும் தெரியாது. 'ஒரு புதிய மொழியைக் கற்றறிந்த ஆரம்ப நிலையிலுள்ள ஒருவன் எப்போதும் அதனைத் தனது

தாய்மொழிக்கே மொழிபெயர்க்கிறான்' என்று கார்ல்மார்க்ஸ் கூறியதைப் பொருத்திப் பார்க்கலாம். அதாவது, குடியானவனுக்கு தான் பிறந்த, அரை நிலப்பிரபுத்துவ அரசியலின் மொழிதான் தெரியும். அதையேதான் மொழிபெயர்த்தான். இது ஒரு தலைகீழ் இயக்கம். எதிர்மறையான ஓர்மையில் நிகழ்த்தப்பட்டது. மனு அன்று எச்சரித்தபடி, கீழ், மேலானதாக ஆக முயன்றது.

'தலைகீழாக மாற்றுதல்' என்பது அவசியம்தான். ஆனால் இதுவே, வன்முறையான குடியானவ எழுச்சிகளுக்குப் போதுமானதாக இல்லை. இச்செயலை ஆட்சியாளர்கள் 'குற்றம்' என்கிறார்கள். இருக்கிற வித்தியாசங்களை வரிசை மாற்றுவது கடும் தண்டனைக்குரிய குற்றமாக சுமிருதிகள் கூறியதை நோக்க வேண்டும். குற்றம் வேறு; குடியானவர் கலகம் என்பது வேறு. இரண்டுமே இரு வேறுபட்ட வன்முறைகளிலிருந்து பெறப்படுபவை. குடியானவர் கலகம் என்பது பொதுமக்கள் மற்றும் மக்கள் குழுவின் சம்பவம். குற்றம் என்பது ஒரு சிலர் அல்லது சில குழுக்களின் சூழ்ச்சியால் செயல்படுவது. கிளர்ச்சி என்பது பாதிக்கப்பட்ட மக்களின் வெளிப்படையான செயல், வெகுமக்கள் செயல். குடியானவர் கிளர்ச்சிகளை அதிகார வட்டம் சூழ்ச்சி – சதிக் கோட்பாட்டை வைத்துத்தான் அணுகியது. இவர்கள் தாமே தலைமை ஏற்றுக் கிளர்ச்சி நடத்த முடியாது; இவர்களுக்குப் பின்னால் கிராமத்து உயர் வகுப்பைச் சேர்ந்த சதிகாரர்கள் இருப்பதாக நம்பியது. கிராமக் கிளர்ச்சியில் பங்கெடுத்தவர்களை அதிகாரபூர்வ ஆவணங்களில் ரௌடிக் கும்பல்கள் என்றே குறிப்பிடப்படும். ஆவணங்களில், 'கொள்ளையர் கிராமம்' என்றிருந்தால், அரசின் ஆயுதசக்திகளை எதிர்த்துத் திரண்ட கிராமம் என்பது பொருள். 'தொற்றுநோய்' 'நஞ்சு' என்று ஆவணத்தில் குறிப்பிடப்பட்டிருந்தால், கிளர்ச்சி செய்யும் கிராமக் குழுக்களிடையே உருவாகும் ஒருமைப்பாடு என்பது பொருள். 'வெறியர்கள்' என்றிருந்தால், சிலவித மீட்புவாத அல்லது தூய்மைவாத சித்தாந்தங்களால் ஊக்கம் பெற்ற கலகக்காரர்கள் என்பது பொருள். 'சட்டமின்மை' என்றிருந்தால், மக்கள் எவற்றைத் தீய சட்டங்கள் என்று முடிவு செய்கிறார்களோ அவற்றைப் புறக்கணிக்கிறார்கள் என்பது பொருள். எனவே கலகக்காரன் என்றால் குடியானவன்; குற்றம் என்றால் தலைகீழாக்க முனைதல் என்ற விசேஷமான அர்த்தம் இருக்கிறது.

கிராமப்புறங்களில் வறுமை, பஞ்சம், வறட்சி மிகுந்த காலங்களில் குடியானவர்களில் கொள்ளைக்காரர்கள் எண்ணிக்கை கூடியது. அன்றும் சரி, இன்றும் சரி, பசி–வன்முறை ஆகியவற்றுக்குள்ள தொடர்புகளை அரசாங்கங்கள் கவனிக்கத் தவறுகின்றன. வறுமையைத் தீர்க்க குடியானவ இளைஞர்கள்

கொள்ளைக்கூட்டங்களில் சேர்ந்தார்கள். இவர்களுக்கு அன்றைய வெள்ளை அரசாங்கம், 'குற்றமரபினர்' என்று பெயரிட்டது. குடியானவர்கள், வறுமையால் உந்தப்பட்டுப் பல்வேறுவகையான குற்றங்களை அங்கீகரித்தனர்; அதற்கு ஒத்துழைத்தனர். ஆனால், இவர்களுடைய வன்முறைகள், லேவாதேவி வர்க்கத்தை நோக்கியே செலுத்தப்படிருப்பதை நோக்கும்போது, குடியானவர் எழுச்சியில் அதன் வன்முறைக்கு அடியிலுள்ள வர்க்க குணத்தைக் காணலாம்.

இடச்சூழலை ஒட்டிய மொழிப் பிரயோகத்தால் அர்த்தம் தீர்மானிக்கப்படுவதைப் போல, குற்றமும் புதிய சமூகப் பின்னணியில் வைத்துத் தீர்மானிக்கப்பட வேண்டும். ஏற்கனவே குற்றவாளிகள் என்று சட்டவிரோதிகளாக்கப்பட்ட உதிரிக் குழுக்கள், பிறகு பெரிய அளவில் கிராமப்புற எழுச்சிகளைத் தோற்றுவித்தன. தித்து மிர் என்கிற மல்யுத்தவீரன் பெரிய நிலச்சுவான்களுக்கு அடியாள். சிறை சென்று வந்த இவன் மெக்கா சென்று சையத் அகமதுவின் சீடனாகிச் சீர்திருத்தக்காரனாகி வருகிறான். வந்தவன் நிலப்பிரபுக்களுக்கு எதிராக, மக்களின் வன்முறையைத் திருப்பிவிடுவதற்காகப் போராடுகிறான். அன்று, கொள்ளைக்காரர்கள் கலகக்காரர்களாக மாறியதே பெரும்பாலும் நிகழ்ந்தது.

பொதுவாக இந்தக் கிளர்ச்சிகள் எல்லாம், அரசன் அல்லது கடவுளின் பேரால் கிளர்ச்சி செய்து, மக்களின் எதிரிகளை அழிக்கப் போவதாக அறிவித்துள்ளன. இதனால்தான், கிளர்ச்சிக் காரர்கள், மக்களிடமிருந்து பணம், உணவு, குடி ஆகியவற்றை வரியாக வசூலித்தார்கள்.

குடியானவ கிளர்ச்சிகளில் கூட்டுவன்முறை, சமூக உழைப்பு ஆகிய கூறுகளைக் காணலாம். சமூக உழைப்பு என்பது மீன்பிடித்தல், வேட்டையாடுதல், விவசாயம் ஆகியவற்றில் வெளிப்பட்டது. காவல் நிலையத்தைச் சூறையாடப்போகும்போது 'நல்ல அறுவடை', 'கொழுத்த கிடா சிக்கிவிட்டது' முதலிய வேளாண், மற்றும் வேட்டை தொடர்பான முழக்கங்கள் வெளிப்பட்டன. சமூக உழைப்பிற்காக மக்களை ஒருங்குதிரட்டும் குறிகள் விவசாயப் போராட்டத்திற்கு அணி திரட்டும் குறிகளாகத் தொடர்புப்படுத்தப்படலாயின. சாதாரண காலங்களில், கொம்பை ஊதுவது, சில குழுக்களுக்கு 'மீன்பிடித்தல்' என்பதன் குறி, சிலவற்றிக்கு 'வேட்டையாடுதல்' என்பதன் குறி, சிலவற்றுக்கு 'அறுவடை' என்பதன் குறி. கிளர்ச்சியின்போது தாக்குதலுக்குத் தயார் நிலையை அறிவிப்பதற்கும் கொம்பை ஊதினார்கள். கிளர்ச்சித் தாக்குதலும், சமூக உழைப்பும் சங்கமமாகின்றன. சந்தால் கிளர்ச்சிகளில் பெண்களும் கூடைகளோடு கலந்துசென்று

தானியங்களைக் கொள்ளையடித்து வந்தார்கள். கொள்ளைப் பொருட்களை, தலைவன், பூசாரி, பறையடிப்பவன், மற்றவர் என்று அவரவர் தகுதிக்கு ஏற்பப் பங்கு போட்டுக் கொண்டார்கள் – வேட்டைப்பொருள், மீன் ஆகியவற்றைப் பங்கு போட்டது மாதிரி இது.

காலனிய ஆட்சியை எதிர்த்த கிராமப்புறக் கலவரங்களில் நான்கு முறைகள் அல்லது போராட்ட வடிவங்கள் காணப்பட்டன.

1. நாசப்படுத்துதல்: எதிரியின் குறியீடுகளை நாசப்படுத்தல். சமீந்தார், மகஜன் பங்களாக்கள், ஆலைகள், இருப்புப் பாதைகள், காவல் நிலையம், நிர்வாகக் கட்டிடங்கள், அரசு அலுவலங்கள், அதிகாரிகளின் குடியிருப்புக்கள் ஆகியவற்றை இடித்தல் அழித்தல்.

2. எரித்தல்: மேற்படி இடங்களுக்கு எரியூட்டுதல். கிளர்ச்சிக் காரர்களுக்குப் பொருளாதார ஆதாயம் தரக்கூடியவற்றையும் தீயிட்டு அழித்தார்கள். இருப்புப்பாதை நிர்மாணவேளையில் சந்தால் இன மக்களுக்கு நிரம்ப வேலைவாய்ப்பு இருந்தும் அதனை அழிக்க முனைந்தனர். இந்த வேலைவாய்ப்பினால் சமீந்தார், மகஜன்களின் கோரப்பிடியிலிருந்து தப்பிக்க நல்ல வாய்ப்பு இருந்தும்கூட அழித்தார்கள். இதற்குக் காரணம், இருப்புப்பாதை வேலையால் கிடைக்கும் பணம், வெள்ளி, தங்கம் என்கிற பொருளாதார நலனைவிடத் தங்கள் இனப்பெண்களின் மானம் ரயில்வே சாகிபுகளால் பறிபோகாமல் இருப்பதே பெரிதாக அவர்களுக்குப் பட்டுள்ளது. சந்தால்கள், தங்கள் எதிரிகளின் மகசூல்களை அழித்தார்கள். எனவே பொருளாதார நலனைவிட அரசியல் நோக்கம்தான் பிரதானமாக இருந்தமை தெரிகிறது. கலகவன்முறை உலகமெங்கும் அரசியல்ரீதியானது; மேலதைக் கீழானதாக்குவது. குற்றவியல் வன்முறை எதிரியின் பொருளாதாரத்தை அபகரிப்பது.

3. உண்ணல்: உண்பது என்பது அரசியல் இயக்கத்தின் பிரிக்க முடியாதபடி ஓரங்கம். தலைகீழாக்ககலின் ஒரு கருவி இது. கலகக்காரர்கள் தங்களின் 'பொதுச் சேவை'க்காக எதிரிகள் மீது விதிக்கப்பட்ட தண்டனையாக இது அமைந்தது. இந்தியக் கிளர்ச்சிகளில் எதிரிகளின் உணவை விருந்தாக உண்பது குறித்து அதிகச் சான்றில்லை. இந்துச் சாதிய வழக்கங்கள், தீட்டு போன்றவை இதற்குக் காரணமாகலாம்.

4. கொள்ளையடித்தல்: உலக முழுக்க நிகழ்ந்துள்ள எல்லா வித எழுச்சிகளிலும் காணத்தக்க அம்சம் இதுதான். கொள்ளை யடித்தல் என்பது நாசப்படுத்துதல், எரித்தல், சூறையாடல்

என்பவற்றின் ஆதரவோடு நிகழ்த்தப்பட்டது, இவ்வாறு சூறையாடுவது கடவுளின் கட்டளை என்கிறார்கள் சந்தால் மக்கள். இவை எல்லாமே எதிரிகளின் சொத்துக்களைக் குறிவைத்து அழித்த செயல்களே. பணத்தைவிட, தானியம், கால்நடைகளே அதிகம் கொள்ளைபோயின. 'ஆநிரை கவர்தல்' இதில் முக்கியமானது. குடியானவர் நோக்கம் திருடுவதல்ல. எதிரிகளின் மூலாதாரங்கள் அழிப்பது; அவர்தம் அதிகாரத்தை நிர்மூலம் செய்வது. கொள்ளை யடிப்பது, யுத்தத்தின் விரிவாக்கம். யுத்தத்தைத் தொடர்ந்து நீடிப்பதற்காகக் கொள்ளையிடுவது அவசியமானது. மேற்குறித்த நான்கு அம்சங்களையும் தனித்தனியாகப் பார்த்தால் குற்றம் போலவே தோன்றும். இவை அனைத்தும் முழுமையான நன்கு உட்செறிக்கப்பட்ட வன்முறையாகும்.

இந்தக் குடியானவர் கிளர்ச்சியில் குடியானவர் தம் வில், அம்புமூலம் புரிந்த கொலைகளை அதிகாரவட்டம் மிகைப் படுத்தியது. வலுவான ஆயுதம் கொண்ட இராணுவத்தை எதிர்கொண்ட குடியானவர்கள் புரிந்த கொலைகள் தற்காப்புக் கொலைகளே. கொலை என்பது கலகத்தை ஒடுக்கிய ஆதிக்க சக்திகளின் வழிமுறையாகும். கிளர்ச்சியில் இந்த வழிமுறை இல்லை. குடியானவ கிளர்ச்சியில் செய்த கொலைகள் குறிப்பிடத்தக்கவை அல்ல. எதிரியின் படை, கூலிப்படை, ஆள்காட்டிகள், கருங்காலிகள் ஆகியோரைக் குறிவைத்துக் கொல்லுதல் ஒருமுறை; பழைய எசமான், லேவாதேவி, நிலப்பிரபு செய்த கொடுமைகளுக்குக் கிளர்ச்சியின்போது வஞ்சம் தீர்ப்பது ஒருமுறை.

கலகக்காரனின் ஓர்மை எதிர்மறையானது. விடுதலை எய்திய ஓர்மையல்ல இது. மாறாகப் பழைய அதிகார உறவுகளைத் திருப்பிப்போட முயன்றது; பழம் பண்பாட்டிலேயே சிக்கிக் கொண்டது. இந்தப் பழம்பண்பாடு குடியானவனுக்குத் தன்னைவிடத் தகுதி கூடியவனின் உடல்மீது மரியாதையுணர்வை ஏற்படுத்தியிருந்தது. இப்படிப்பட்ட உடலுக்கு எதிராகத் தாழ்ந்தவர்கள் கையை உயர்த்துவது பாவம் என்றிருந்தது. அரசன், பார்ப்பனன், தந்தை, குரு முதலானவர்களின் உடல்களைத் தொடர்வது நிலவுடைமையாளரின் உடல்கள். இந்த உடல்களின் ஆளும் பண்பாட்டின் குரலை, கிளர்ச்சிகளாலும்கூட விலக்கி மறுக்க முடியவில்லை. அதிகாரத்தைச் சேர்ந்தோரைக் கலகக்காரர்கள் கொல்லாமல் விட்டதற்குக் காரணம், இரக்கமோ கருணையோ அல்ல; தங்களது ஆட்பட்ட நிலைமையை அகவயமாக முழுசாக மீற முடியாத பலவீனம்தான். கலகத்துக்கு அதிகாரம் பற்றிய முதிர்ச்சியடைந்த, நேர்மறையான கருத்தாக்கம்

ஏதும் உருவாகவில்லை. அதனால் அதனிடம் மாற்று அரசு மற்றும் அதிகாரம் எழவில்லை. அதனிடம் எதிர்மறைதான் இருந்தது; புனர் நிர்மாணம் அதன் நோக்கமில்லை.

கலகங்களின் அதிவேகமான பரவலுக்கு அதிகாரபூர்வ வட்டத்தால் சரியான விளக்கம் தர முடியவில்லை. கற்ற சிலருடைய சூழ்ச்சி என்றுதான் பார்த்தது. கலகச் செய்தி எழுத்தால் அன்றி வாய் வார்த்தையால் பரவியது. தகவலை அறிவித்தலும் பரப்புதலும் ஏக காலத்தில் நிகழ்ந்தன. கொம்பு, பறை, அம்பு, மாமரக் கிளை, இலை மூலம் பரவின. கிளர்ச்சியில், அநாமதேயப் பேச்சு என்கிற 'வதந்தி' தான் வேகமாகப் பரப்பிய ஊடகமாகும். வதந்தி, எதிரிகளுக்குக் கிலியை உண்டாக்கியது; மக்களிடம் கலகம் பற்றிய செய்தியைப் பரப்பிற்று. வதந்திமூலம் முதலாளியத்துக்கு முந்திய சமூகங்களில் சமூகமயமாக்கம் நிகழ்கிறது. வதந்திக்கு அசுரத்தனமான வேகம் உண்டு. கதைகள், பேரழிவுகள் பற்றிய தீர்க்கதரிசனங்கள் படுவேகமாகப் பரவுவதற்கு வதந்தி முக்கிய காரணமாகும். மக்கள் கூடிய சந்தைகளில்தான் வதந்தியின் சமூகவயமாக்கும் காரியம் செயல்பட்டது. வதந்தியை வெகுசனச் சொல்லாடல் என்பார்கள். இது, கதை – தொன்மம் என்ற இரு துருவங்களுக்கு இடையில் அமைகிறது. அநாமதேயம், வதந்திக்குத் திறந்த தன்மையை அதன் சுதந்திரத்தை வழங்குகிறது. 'ஒரு பிரதிக்கு ஆசிரியர் ஒருவரைத் தருவது என்பது அந்தப் பிரதிமீது ஒரு எல்லையைத் திணிப்பதாக ஆகும்; அதற்கு ஒரு இறுதி வார்த்தையைத் தந்து எழுத்தை முடித்துவிடுவதாகும்' என்று பார்த் கூறியது வதந்திக்கும் பொருந்தும். வதந்திக்கு இறுதியான வார்த்தை என்று முத்திரை வைக்கப்படுவதில்லை. புதிய அர்த்தத்தை வாங்கிக்கொள்ளும் ஒரு கொள்கலம்போல அது திறந்தபடியே இருக்கிறது.

எதிரிகளின் பார்வையில் வதந்தி என்பது திட்டமிட்டுப் பரப்பப்படுவதாகத் தெரியும். ஆனால், இது, கலகக்குழுவின் கருத்தியல் சக்தியால், விசையால் தானாகவே நிகழ்கிறது. எளிய மக்களின் வதந்திகள் அற்பமாகவும், நம்ப முடியாததாகவும் இருந்தாலும், சந்தேகத்திற்கு இடமின்றி, இவற்றின் நோக்கம், காலனிய அரசின் பாதகமான விவசாயக் கொள்கைகள் பற்றியதாக இருந்தது.

அரை நிலப்பிரபுத்துவத்தைச் சேர்ந்த குடியானவன், இருக்கிற நிலைமைகள் மனிதத் திட்டத்தாலன்றி, கடவுளின் திட்டத்தால் நடப்பதாக நம்பினான். உறவுகள், நிறுவனங்கள், அதிகாரச் செயல்பாடுகள் எல்லாம் மதத்தால் மேல்நிர்ணயம் செய்யப்படுவதாகக் கருதினான். இதனால், கிளர்ச்சியின்போது

பெரும்பாலான அரசியல் நிகழ்வுகளை, பகுதி – மதரீதியான சட்டங்கள் மூலமாகப் பொருள் கொண்டான். ஆகவே, வதந்திகளும், மதப்பண்புகளை உட்கொண்ட அரசியல் ஓர்மையாக இருந்தன. முண்டா குடியானவர்களை மாபெரும் ஆயுதப் போராட்டத்திற்குத் திரட்டியது, வதந்தியால் கிளப்பப்பட்ட ஒரு மதவகைப்பட்ட உற்சாகம்தான். 1807ஆம் ஆண்டில் வேலூர் சிப்பாய்க் கலகத்தில் பரங்கி அரசாங்கம் எல்லா இந்துக்களையும் கிறிஸ்தவர்களாக மதமாற்றம் செய்யப்போகிறது; உப்பில் பன்றி, பசு இரத்தத்தைக் கலந்துள்ளது; ஒவ்வொரு நகரத்திலும், கிராமத்திலும் நாடு பூராவும் சர்ச் கட்டப்போகிறது என்ற வதந்தி எழுந்து கலகத்தைப் பரப்பியது.

இங்கே, குடியானவன் தனது தலையெழுத்து தன்னால் செயல்படுவதாக எண்ணாமல், தன்னை மீறிய வெளிச்சக்திகளால் தீர்மானிக்கப்படுவதாக எண்ணினான். இது பொய்யான ஓர்மைதான். ஒருவித அந்நியமாதல்தான். கார்ல் மார்க்ஸ் கூறியபடி இது சுய – அந்நியமாதலின் உற்பத்திதான். அரசியல் விசயங்கள், மத விசயங்களாகக் கருதப்பட்டன. இந்த ஓர்மையைச் சுமந்து சென்றது 'வதந்தி'.

குடியானவர்கள் தங்களுடைய அற்பமான ஆயுதங்களுக்கு ஈடாக, இராணுவத் தளவாடங்கள் மற்றும் அமைப்புக்களின் இல்லாமைக்கு ஈடாக நம்பமுடியாத கற்பிதங்களை வைத்துக் கொண்டார்கள். தங்களுடைய கலகத் தலைவர்களுக்குத் தொன்மத்தனமான சக்திகளைக் கற்பித்துக்கொண்டார்கள். தலைவர்களுக்குப் புனிதர், புரோகிதர், மருத்துவர், போதகர், தீர்க்கதரிசி முதலானவர்களின் செயல்களைக் கற்பித்தார்கள். அற்புதங்கள், வசியங்கள் தீர்க்கதரிசனங்கள் யாவும், குடியானவர்களுக்குத் தங்களைவிட பலம்வாய்ந்த எதிரிகளுக்குத் தாக்குப்பிடிக்கும் சக்திவாய்ந்த தாக்கங்களாக அமைந்தன.

1900 வரை நடந்த கலவரங்கள் எல்லாம் – சிப்பாய்க் கலகம் தவிர – இனக்குழுக் குடியானவர் கிளர்ச்சிகளே. இவற்றில் குருதிப் பிணைப்பும், பிராந்திய இடப்பிணைப்பும் பின்னிப் பிணைந் திருந்தன. இந்தப் பின்னணியில், நிலைமையின் வெளிச்சத்தில், இதனைக் காலனிய காலகட்டத்தின் இந்திய தேசியம் என்று அறிவாளர் கற்பித்த வரலாறு உண்மை அல்ல என்பதும் புரியும். இது வெகுமக்கள் தங்களை ஈடுபடுத்திய செயல்பாடாகும். இது, காங்கிரஸ் கட்சியின் சட்ட புத்தகத்திற்கோ, காந்தியத்திற்கோ எப்போதும் ஒத்துப்போகாது. மாறாக, இது தனது வலிமையை, நீண்டதொரு ஒடுக்கப்பட்டோர் மரபிலிருந்து பெறுகிறது. இந்த மரபு, இந்திய அரசியலுக்கு மகாத்மா காந்தி நுழைவதற்கு

வெகுகாலத்துக்கு முந்தியது, அல்லது நேருவின் குடியானவர் பற்றிய கண்டுபிடிப்புக்கு மிக முந்தியது. என்றாலும், இந்த ஒடுக்கப்பட்டோர் மரபின் தாக்கத்திற்கு உள்ளானது தேசியம் அல்ல; விவசாயப் பிரச்சனையே.

குறிப்பு: ரணஜித் குஹாவின் ஆய்வு, 1783 முதல் 1900 வரையுள்ள 117 ஆண்டுகாலக் கிளர்ச்சிகளைப் பற்றியது. இதற்கான ஆதாரங்கள்: போலீஸ், படைவீரர், அதிகாரிகள், நிலப்பிரபுக்கள் ஆகியோரின் கடிதங்கள், அறிக்கைகள் தகவல்கள், குறிப்புக்கள், தீர்ப்புக்கள், சட்டங்கள் முதலிய ஆவணங்கள்.

கிளர்ச்சி செய்யும் மக்களிடையே புழங்கிய வதந்திகள், ஒற்றர்கள் ஒற்றுக்கேட்ட உரையாடல்கள், கைதிகள் தந்த வாக்குமூலங்கள், நீதிமன்ற நடவடிக்கைக் குறிப்புக்கள். சர்க்கார் அதிகாரிகள், அவர்களுடைய கிராமத்து ஒட்டுண்ணிகளின் வாக்குமூலங்கள், அதிகாரபூர்வமானவர்களின், கலக்காரர்களின் ஒழுக்கக்கேடுகள், சட்டவிரோதம், விரும்பத்தகாதவை, காட்டுமிராண்டித்தனம் முதலியவை பற்றி எழுப்பிய சொல்லாடல்கள்.

(Peasant என்ற சொல் குடியானவர் என மொழிபெயர்க்கப்பட்டுள்ளது)

-Ranajit Guha, *'Elementary Aspects of Peasant Insurgency in Colonial India'*

(Delhi: Oxford University Press, 1983) என்ற ஆங்கில நூலின் சுருக்கமான தமிழ்த் தொகுப்பு.

'தலித்' ஜூலை *1997*

மறுபிரசுரம் 'தலித்திய விமர்சனக் கட்டுரைகள்'
காலச்சுவடு பதிப்பகம், டிசம்பர், 2003

2

வரலாற்றில் கம்மிய குரல்

ரணஜித் குஹா

இந்திய மொழிகள் உட்படப் பல மொழிகளில் வரலாற்று நிகழ்வுகளையும் வரலாற்றுப் பெருஞ் செயல்களையும் பற்றிப் பேசுகிற சொல்லாடல்கள் உள்ளன. சம்பந்தப்பட்ட மொழியைப் பேசுகிற சமூகங்களில் இவை, பொதுப்புத்தித் தகுதியைப் பெற்றுள்ளன. அந்தச் சமூகங்கள் கேள்விக்கு இடமின்றி, அவற்றின் பொருள்களைப் புரிந்து கொள்ளுகின்றன. ஆனால் இந்தச் சொல்லாடல்களில் வரலாறு என்பது எதைக் குறிக்கிறது என்று ஒருவர் கேட்ட மாத்திரத்தில் அந்தப் பொதுப்புத்தியின் தகுதி நொறுங்கத் தொடங்கிவிடுகிறது. 'வரலாறு' என்ற அடைச் சொல் வரலாற்றின் மீது குறிப்பிட்ட சம்பவங்களையும் பெருஞ்செயல்களையும் ஏற்றுகிறது. ஆனால் முதன் முதலாக இவற்றை அந்த வரலாற்றோடு நியமித்தவர் யார்? குறிப்பிட்ட சம்பவத்தை அல்லது செயலை வரலாறு என்றும், மற்றவற்றை வரலாறு அல்லாதவை என்றும் ஏன் தீர்மானிக்க வேண்டும்? இங்கே சில குறிப்பிட்ட மதிப்பீடுகளும், வெளிப்படையாகச் சொல்ல இயலாத காரணங்களும் பாரபட்சமான சில விசயங் களும் வினைபுரிவது தெரிகிறது. இவற்றை எந்த மதிப்பீடுகளுக்கும் வரையறைகளுக்கும் ஏற்றவாறு யார் தீர்மானிக்கிறார்? இந்தக் கேள்விகளை நெருங்கிப் பார்த்தால், பெரும்பாலானவற்றில் தீர்மானம் செய்கிற அதிகாரம் பெற்றது கருத்தியலேயன்றி வேறில்லை. இதுதான் நிதர்சனம், இந்தக் கருத்தியலைச் சார்ந்தே அரசின் வாழ்க்கை அமைகிறது. ஆதலால், இக்கருத்தியலை அரசியம் (Statism/அரசியல் மொ−ர்)

என்றழைக்கலாம். இந்த அரசியம்தான் ஆதிக்க மதிப்பீடுகளை நிர்ணயம் செய்கிறது.

இதனால்தான் வரலாறு குறித்த பொதுப்புத்தி சார்ந்த புரிதலை அரசியம் வழிநடத்துகிறது என்று பொதுவாகக் கூறலாம். இந்த அரசியம், கடந்த காலத்தைத் தனக்குரிய அடிக்கருத்தாக ஆக்கி, அதனை மதிப்பீடு செய்கிறது. இத்தகைய மரபு, இத்தாலிய மறுமலர்ச்சியில் தொடங்கிய நவீனத்துவ வரலாற்றுச் சிந்தனையில் தோற்றம் பெறுகின்றது. 15ஆம் நூற்றாண்டின் ஐரோப்பிய நகர – அரசுகளைச் சேர்ந்த ஆட்சியாளர்களுக்கு, வரலாறு பற்றிய படிப்பு, அவர்கள் அரசியலிலும், அரசாங்கத்திலும் பாண்டித்தியம் பெறுவதற்கு உதவியது. குடிமகன்/முடிமன்னன் என்ற வகிபாகத்தை ஏற்பதற்கு இது, அவர்களுக்கு அவசியமானதாக இருந்தது. ஆகவே, இந்த ஆட்சியாளர்களுடைய பிரதிநிதியாக, அறிவுஜீவியாக விளங்கிய மேக்கியவெல்லி 'வரலாறு பற்றிய கல்வியும், அரச தந்திரமும் அடிப்படையில் ஒன்றாகத்தான் இருந்திருக்க வேண்டும்' என்று கூறியது முற்றிலும் சரியானதே.[1]

ஐரோப்பாவில், அடுத்த முந்நூறு ஆண்டுகளில் (15, 16, 17ஆம் நூற்றாண்டுகள்; மொ–ர்) நடந்த பூர்ஷ்வா வர்க்கத்தின் (பாட்டாளி வர்க்கத்திற்கும், முதலாளிய வர்க்கத்திற்கும் இடைப்பட்ட – ஆனால் பாட்டாளி வர்க்கத்திற்கு எதிரான – மொ–ர்) மேற்கிளம்பலால் அரசியத்திற்கும் வரலாறு எழுதுகைக்கும் இடையிலான பிணைப்பு பலவீனமாகவில்லை. அதற்கு மாறாக, அந்தப் பிணைப்பு, முழுமுதலியம் (absolutism) குடியரசியம் (republicanism) ஆகிய இரண்டாலும் மீள்வலிமைபடுத்தப்பட்டது. இதனால் 19ஆம் நூற்றாண்டில், ஆக்டன் பிரபுவின் புண்ணியத் தால் அரசியலானது, வரலாற்றுப் புலமைக்குரிய ஆதாரமாக மாறியது. இது பள்ளி மாணவன் ஒவ்வொருவனுக்கும் தெரிந்த சமாச்சாரம்தான். இக்காலகட்டத்தில் ஆங்கிலேய பூர்ஷ்வா வர்க்கம், ஏனைய ஐரோப்பிய நாடுகளைவிட முதிர்ச்சி பெற்றிருந்ததன் காரணமாக மேற்கு – ஐரோப்பாவில் வரலாறு பற்றிய கல்வி முழுமையாக நிறுவனமயமாகியிருந்தாலும் – இங்கிலாந்தில் வரலாறு குறித்த கல்வி அதிகமாகப் பரவியிருந்தது.

முதலாவதாக, வரலாறு பற்றிய படிப்பு நிறுவனமயமாகியது; இது ஒருவிதமான 'இயற்கையான அறிவியல்' என்று வளர்ச்சி பெற்றது. அது ஒரு முழுமையான மதச்சார்பற்ற, அறிவுத் தொகுதியாகக் கல்வி வட்டாரத்தில் ஒருங்கிணைக்கப்பட்டது. அதற்கெனத் தனியான பாடப்பிரிவுகளும், வகுப்பறைகளும் இருந்தன. இதனைப் போதனைகள் எழுத்துக்கள் வழியாகப் பிரச்சாரம் பண்ணுகிற ஓர் உயர்தொழில், இதற்கென்றே அர்ப்பணிக்கப்பட்டிருந்தது.

இரண்டாவதாக, தொடர்ந்து விரிவடைந்து கொண்டிருந்த பொதுமக்கள் எனும் வெளியில் இது தனக்கென்று ஓரிடத்தைப் பெற்றது. குடிமக்களுக்கும், அரசுக்கும் இடையிலான ஊடுறவில் வரலாறு தன்னை உணர்த்துவதற்காகப் பொதுமக்கள் என்ற வெளியின் மேலாதிக்க இயக்கம், சாதகமாக இருந்தது. இங்குதான் வரலாறு பற்றிய படிப்பு, தனது பொதுசனத்தைக் கண்டுபிடித்தது; வாசிக்கத் தெரிந்த பொதுசனம், அச்சுத் தொழில் நுட்பத்திறன் உற்பத்தி, இந்த உற்பத்தியின் மீது நுகர்வோர் கொண்ட பேராசை – ஆகியவற்றைக் கண்டுபிடித்தது. இவை எல்லாம் சகலவிதமான வரலாற்று இலக்கியத்தின் மீது பூர்ஷ்வா வர்க்கம் கொண்ட ருசிக்கு ஏற்ற விருந்தாக விளங்கின.

மூன்றாவதாக, இந்த வரலாற்று இலக்கியம், பள்ளிக்கூடப் பாடப்புத்தகங்கள் முதல் வரலாற்று நாவல்கள் வரை விரிந்து பரந்திருந்தது. இவ்வித இலக்கியத்தைத் தனித்துவமான விதிகளும், எடுத்துரைப்புக்களும் உடைய கற்பனை/விவரண வடிவான இலக்கிய வகைகளாகக் கட்டியமைப்பதன் மூலமாக வரலாறு எழுதுவதை நிறுவனமயமாக்குவதற்கு அவை உதவின. ஒட்டுமொத்தமாகப் பார்த்தால், வரலாறு பற்றிய படிப்பை நிறுவனமயமாக்குவது என்பது, கல்வி வட்டாரத்தில் அரசியத்திற்கு ஒரு நிலையான அடித்தளத்தை அமைப்பதாகவும் அதன் வழியாக ஆதிக்கத்தை ஏற்படுத்துவதாகவும் இருந்தது.

எனவே 19ஆம் நூற்றாண்டு இந்தியாவில் பிரிட்டிஷ் ஆட்சி அறிமுகப்படுத்திய வரலாறு பற்றிய படிப்பு பெரிதும் நிறுவனமயமாக்கப்பட்ட அரசிய அறிவாக இருந்தது. இருந்தாலும், ஏற்கனவே பெருநகரமயமாகிவிட்ட பிரிட்டனில் இத்தகைய நிறுவனமயமாக்குதலோ அல்லது அரசியமோ என்னவாக இருக்க முடிந்ததோ அவ்வாறாக ஒரு காலனிய ஆட்சி நிலைமையில் இருக்க இயலவில்லை. இங்கே ஆதிக்கம் – அடிபணிதல் என்ற உறவு முறையானது, விமர்சனபூர்வமான சில வித்தியாசங்களைச் செய்தது. இந்தியாவில் வரலாறு பற்றிய படிப்பை ‘இயற்கையான’தாகச் செய்வதற்கு பிரிட்டிஷ் ராஜ்யம் பயன்படுத்திய கல்வி என்ற தலையான கருவி, மக்கள் தொகையில் மிகச்சிறிய சிறுபான்மையரோடு முடக்கப்பட்டிருந்தது. அதற்கு ஏற்றபடி வாசிக்கும் பழக்கமுடைய நடுத்தர வர்க்கத்தின் (பொதுசனம் மொ–ர்) அளவும், வெளிவந்த நூல்கள், சஞ்சிகைகள் ஆகியவற்றின் அளவும் மிகச் சிறியதாக இருந்தன. எனவே, ஆட்சியாளர்கள் எதிர்பார்த்த மேலாதிக்கத்திற்கு நிறுவனமயமாதல் கொஞ்சங்கூட உதவவில்லை. மாறாக, அது நமது இந்திய துணைக்கண்டத்தில் மேற்கத்திய நவீன கல்வியின் முதல் பயனாளிகளான, காலனியமயமான, அறிவுஜீவிகள் வட்டத்திற் குள்ளேயே அறிவை முடக்கும் ஒரு நடவடிக்கையாக அமைந்தது.

இந்திய வரலாறு எழுதுதலில் *(Indian Historiography)* அரசியம் என்பது மேற்கத்திய கல்வியினால் வந்த வரவாகும். கல்வி வட்டாரப் புலத்திற்குள்ளும், அதற்கு அப்பாலும் இருந்த அதன் பராமரிப்பாளர்களான அறிவுஜீவிகள் நவீன ஐரோப்பிய வரலாற்றை, அரசு முறைகளின் ஒருவரலாறாகப் புரிந்துகொள்வதற்குப் பயிற்றுவிக்கப்பட்டிருந்தார்கள். பொதுவாக இவர்கள் உலக வரலாறு பற்றிப் புரிந்துகொள்ளக் கற்பிக்கப்பட்டிருந்தார்கள். இதனால், அவர்களால் இந்திய வரலாற்றைக் காலனிய அரசின் வரலாறாக மட்டுமே நோக்கிய அதிகாரபூர்வமான பொருள் கோடலோடு எளிதாக ஒத்துப்போக முடிந்தது. ஆனால், இந்தப் பொருள் கோடலில் பிழையான ஒரு தாக்கம் இருந்தது. ஐரோப்பிய நாடுகளின் மேலாதிக்க அரசுகளின் கீழ் வாழ்ந்த சகல விதமான குடிமக்களின் சார்பாகப் பேசும் உரிமை அந்நாடுகளைச் சேர்ந்த பூர்ஷ்வா வர்க்கத்திற்கு வழங்கப்பட்டிருந்தது. இதனை அந்தந்த நாடுகளின் அரசுகள் தங்களுடைய குடிமைச் சமூகங்களைத் தங்கள் மயமாக்குவதற்கான உரிமமாகப் பயன்படுத்தின. ஆனால், காலனிய ஆட்சியின்கீழ் இத்தகைய தன்மயமாக்கல் என்பது சாத்தியப்படவில்லை. ஏனெனில் காலனிய அரசாட்சியில் குடிமக்கள் இல்லாத ஓர் அரசினை, ஓர் அந்நிய அதிகாரம் ஆட்சி புரிந்தது. இதனுடைய அரசியல் சாசனத்தை, அதன் ஆளுகைக்கு உட்பட்டவர்களுடைய ஒப்புதல் இன்றி அவர்கள்மீது பெற்ற வெற்றியால் கிடைத்த உரிமை கட்டமைத்தது. இதனால், ஆதிக்க ஆசை கொண்ட மேலாதிக்கத்தை அங்கே ஒருக்காலும் நிறுவ முடியாது. எனவே, ஒரு காலனிய அரசை, தனது சொந்த குடிமைச் சமூகத்தால் நிர்ணயம் செய்யப்பட்ட இந்தியக் குடியரசோடு சரிசமப்படுத்துவதில் அர்த்தமில்லை. தனக்கே உரிய குடிமைச் சமூகத்தைப் பெற்றுள்ள இந்திய அரசின் வரலாறு பிரிட்டிஷ் இந்திய அரசின் வரலாற்றிலிருந்து வேறானதாகவே இருக்கும். இதன் காரணமாக, இந்தியா பற்றிய ஓர் இந்திய வரலாறு எழுதுதல் என்பது அரசியத்திற்குப் பயன்தராது.

ஒரு சராசரியான இந்திய வரலாறு எழுதுதலுக்கு அரசியம் போதாது. ஏனெனில் அது, நமக்கும் நமது கடந்த காலத்திற்கும் இடையில் உள்ள உரையாடலைத் தடை செய்கிறது. அது, அரசின் ஆணையிடும் குரலில் நம்மிடம் பேசுகிறது. நமக்குரிய வரலாற்றுக் கட்டத்தை நியமிக்கும் செயலை அது தானே எடுத்துக் கொள்ளுகிறது. கடந்த காலத்தோடு நமக்குள்ள தேர்வினை அது செய்யவிடாது. ஆனால், வரலாற்றின் சொல்லாடலை நிர்ணயிக்கின்ற எடுத்துரைப்புகள் எல்லாம் இப்படிப்பட்ட தேர்வினைச் சார்ந்துள்ளன. இத்தகைய பின்னணியில், தேர்வு செய்தல் என்பதற்கு, குடிமைச் சமூகத்தின் எண்ணிலடங்காத குரல்களைக் கேட்டு அவற்றோடு உரையாடுவதன்மூலம் கடந்த

காலத்தோடு உறவுகொள்ள முயற்சிப்பது என்பது பொருளாகும். இக்குரல்கள் மிகவும் சன்னமான குரல்கள்; இவை அரசியத்தின் ஆணைகளின் ஓசையில் மூழ்கடிக்கப்படுகின்றன. அதனால்தான் அவற்றை நாம் கேட்க முடிவதில்லை.

எனவே, இக்குரல்களைக் கேட்டு, அவற்றோடு ஊடுவினையாற்றி விசேமான திறன்களை வளர்த்து ஒரு பெரும் வியூகத்தை அமைப்பது நமது செயல்பாடகும். ஏனென்றால் அந்தச் சிறிய குரல்கள் நமக்குச் சொல்ல அநேக கதைகளை வைத்திருக்கின்றன. அவை பெரிதும் சிக்கலானவை. அரசியல் சொல்லாடலால் அவற்றுக்கு இணையாக முடியாது. உண்மையில், அக்குரல்கள், அரசியல் சொல்லாடலின் அருவமான – மிகமிக எளிமைப் படுத்துகிற முறைகட்கு எதிரானவை.

❍ ❍ ❍

இத்தகைய கதைகள் நான்கினைப்பற்றிப் பார்க்கலாம்.[2] இக்கதைகளுக்குரிய மூலம், மேற்கு வங்காளத்தைச் சேர்ந்த சில கிராமங்களில் நோய்வாய்ப்பட்ட பாவத்திற்குப் பரிகாரம் கேட்டுக் குடியானவர்கள், உள்ளூர் பிராமண புரோகிதர்களுக்குத் தந்த கோரிக்கை மனுக்களாகும். நோய்வயப்பட்ட பாவத்தைப் போக்குவதற்குரிய கழுவாய்ச் சடங்குகளைப் பிராமணர்களால் மட்டுமே விதித்து நிகழ்த்த முடியும் என்பது அன்றைய நம்பிக்கை. நோய் காரணமாகத் தொற்றிய வழு *(Offence)*, நோய்இயல் தன்மையிலானது என்பதை விட, அது ஆன்மீக சம்பந்தமானது என்றே அன்று கருதப்பட்டது. அந்த வழுவை ஒன்று பெயராலோ அல்லது அறிகுறியாலோ, அல்லது இரண்டையும் கலந்தோ அடையாளப்படுத்தினார்கள். அந்த மனுதாரர் இருவருக்குத் தொழுநோய், ஒருவருக்கு ஆஸ்துமா; இன்னொருவருக்கு காசநோய். 19ஆம் நூற்றாண்டின் முதற்பாதியில் வாழ்ந்த கிராமத்து ஏழைகளுக்கு நவீன மருத்துவவசதி இல்லாத நிலையில், இந்தநோய்களை அவர்களாகவே இனம் கண்டார்கள்.

வழுவாய்பட்டவர்கள் எல்லோரும் விவசாய சாதியைச் சேர்ந்தவர்கள். அவர்களுள் ஒருவர், வயலில் வேலை செய்தபோது ஒரு சுண்டெலி தமது கையைக் கடித்ததால் கையில் தொழுநோய் வந்தது என்று ஒரு காரணத்தைக் கூறினார். தொழுநோய் வந்ததற்கான இவ்விளக்கம் நம்பகமாக இல்லைதான். ஆனால் அந்நோயால் பாதிக்கப்பட்ட அந்த நோயாளி அதுதான் காரணம் என்றும், அது ஆன்மாவின் வழுவால் ஏற்பட்டது என்றும் நம்பியுள்ளார். ஒருவர்க்கு உடலில் ஏற்பட்ட நோய்க்கு ஆன்மீக ஒழுங்கீனம் காரணமா என்ற வியப்பு இன்று தோன்றலாம். ஆனால் அன்றைய வங்காள கிராமப்புறங்களில் இப்படிப்பட்ட

கேள்வியை யாரும் கேட்டிருக்க முடியாது. பூகோள – அரசியல் ரீதியாக பிரிட்டிஷ் தலைமை பெறுவதற்கு அன்று எவ்வளவோ நடந்திருந்தாலும் இந்திய சமுதாயத்தினுள் அதன் காலனிய அரசால் குறிபிட்ட அளவுதான் ஊடுருவல் செய்யமுடிந்தது. சில முக்கியமான அம்சங்களில் இத்தகைய ஊடுருவலைச் செய்ய அது உரிமை பாராட்டியதை அன்று மக்கள் அங்கீகரிக்கவில்லை.

இதில் முதலாவது: உடல் நலனும் மருத்துவமும் சம்பந்தப் பட்டது. சுதேசிகளின் உடல் நலனை மேம்படுத்த உதவியதன் மூலமாக, எல்லா இடங்களிலும் அவர்களுடைய மனங்களை வென்றுவிட்டதாகக் காலனிய ஆட்சியாளர்கள் சொன்னார்கள். இது, ஐரோப்பிய ஆதிக்க விரிவாக்கத்தை உலகளாவிய பிறர் நலமாக உயர்த்திக் காட்டுவதற்காக வழக்கமாகக் கூறப்படும் ஏகாதிபத்தியச் சொல்லாடலாகும். மருந்தால் நோயைக் கட்டுப்படுத்துவது, சுகாதாரத்தால் உடல்நலனைப் பராமரிப்பது ஆகியவை முற்றிலும் காலனிய மக்களுக்குப் பயன்தரும் இரு பெரும் சாதனைகள் எனக் காலனியவாதிகள் தோற்றுவித்த ஒழுக்கவியல் கூறியது. ஆனால் இந்த ஒழுக்கவியல் உதவி செய்பவரின் உயர்வு பற்றிய ஓர் அளவையாகவும் இருந்தது. இந்தச் சாதனைகள், அறிவியல், கலாச்சாரம் ஆகியவற்றின் வெற்றி எனப் புனைந்து போற்றப்பட்டன. ஆசிய, ஆப்பிரிக்க, ஆஸ்திரேலிய கண்டங்களைச் சேர்ந்த எளிய மனம் கொண்ட மக்களுக்காக சோப்பு வடிவில் குறியீடு செய்யப்பட்ட மேற்கத்திய நாகரிகத்தின் ஒரு வெற்றியாக இது இருந்தது.

சோப்பும் பைபிளும் ஐரோப்பாவின் கலாச்சார வெற்றியின் இரட்டை எந்திரங்களாக விளங்கின. பிரிட்டிஷ் ஆட்சியின் சில குறிப்பிட்ட வரலாற்றுக் காரணங்களால் நமது துணைக்கண்டத்தில் பைபிளைவிட சோப்பு முன்னிலை பெற்றது. பத்தொன்பதாம் நூற்றாண்டின் இறுதிப் பத்தாண்டுகளின்போது இந்தியாவில் இங்கிலாந்தின் பணி பற்றிய பதிவில், மருத்துவமும், உடல்நலனும் அதிகமாக இடம்பெற்றன. அந்தப் பதிவில் காணப்படும் நற்செயல்களைப் பற்றிய அறிக்கை இங்கிலாந்தின் மேலாதிக்க நோக்கங்கள் பற்றிய ஓர் அறிவிப்பாகவும் விளங்கியது.

வேறுபல விசயங்களுக்கு இடையில், அதன் நோக்கம் அரசாளப்பட்ட மக்கள் திரளை, அந்நிய ஆட்சியை ஏற்கச் செய்ய வைப்பதாக இருந்தது. இந்த உத்தியில் அறிவியலுக்கு ஒரு பங்கிருந்தது. வணிக யுகத்தில், போர், புதியன கண்டறிதல் ஆகியவை பற்றிய அறிவியல், ஐரோப்பாவுக்குக் கடல் கடந்த சாம்ராஜ்யங்களை வென்று தந்தது. பின்னர் பத்தொன்பதாம் நூற்றாண்டில் காலனிய மயமாக்கப்பட்ட சரீரங்களை மருத்துவம் – சுகாதாரம் ஆகிய ஒழுங்குகளுக்குள் ஆட்படுத்துதல் வழியாக

மீண்டும் அதே அறிவியல், ஓர் இரண்டாம் நிலை சாம்ராஜ்யத்தை நிறுவும் பணியைச் செய்தது.

கிராமப்புற இந்தியாவில் வாழும் நோயாளிகளின் சன்னமான சிறு குரல்கள் அந்த ஏகாதிபத்திய சூழ்ச்சியை எதிர்த்துப் பேசுகின்றன. நோய் கண்டறிதல், குணப்படுத்துதல் ஆகியவற்றில் வெற்றி பெறுவதற்கு உடலைப் புறப்பொருளாக ஆக்கும் செயலைச் சார்ந்துள்ள மருத்துவத்திற்கு அது இன்னும் எவ்வளவு கடினமானது என்பதை அந்தக் குரல்கள் செய்ம்முறைப்படுத்துகின்றன. இக்கால கட்டத்தில் கல்கத்தாவில் ஒரு மருத்துவக் கல்லூரியும், பல மருத்துவமனைகளும் ஏற்படுத்தப்பட்டு, மருத்துவம் ஏற்கனவே நிறுவனமயமாக்கப்பட்டிருந்தது. இருந்தாலும் அருகாமையில் இருந்த மாவட்டங்களில் சிகிச்சையின் ஒளி இன்னமும் பாய்ந்திருக்கவில்லை. தனித்து நிற்கவல்ல விளக்கம் கிடைக்கும் வரை, நோய் பற்றிய இயற்கை சார்ந்த புரிதல் சாத்தியமில்லை.

இந்த இடத்தில் அறிவியல், ஒரு கலாச்சாரபந்தயத்தில் மரபினைச் சந்திக்கிறது. பாவிகளுக்கு எதிராகக் கடவுள் எழுதும் தண்டனைகளின் பதிவேடாக நோயாளிகளை நோக்குகின்ற ஆழமான நம்பிக்கையின் காரணமாக, பகுத்தறிவின் சட்டகத்தை விட்டுவிட்டு நம்பிக்கையின் சட்டகத்தின் உதவியை கிராமப்புற மக்கள் நாடியதால் அறிவியலுக்கும் மரபுக்கும் எதிரான கலாச்சார பந்தயத்தின் முடிவு தீர்மானிக்கப்படாமலே இருக்க வேண்டிதாயிற்று. நமது மனுதாரர்கள் தேடியது கழுவாய்க்குரிய ஒழுக்கவியல் மருந்துச்சீட்டுகளேயொழிய உடல் குணமடைவதற்கு உரிய மருந்துச் சீட்டுக்கள் அல்ல. அவர்கள் தேடியது மருத்துவர்கள் அல்லர், புரோகிதர்களே. அவர்களை இவ்வாறு செய்யத் தூண்டியது அவர்களது தனிநபர் தீர்மானம் என்பதைவிட அவர்கள் சார்ந்த சமூகங்களின் ஆலோசனையாகும். அவர்களது மனுக்களில் சாட்சிக் கையொப்பமிட்டவர்கள் அதே ஊரையோ அல்லது பக்கத்து ஊர்களையோ சேர்ந்தவர்களாக இருந்தார்கள். அவர்களில் நான்கில் மூவர் ஒரே சாதிக்காரர்களாயிருந்தர்கள். மனுச்செய்தவர் நோயுற்றவராக இருக்கத் தேவையில்லை. மாறாக, உறவினராகவோ அல்லது அதே ஊர்க்காரர்களாகவோ இருந்தார்கள்.[3] அவர்களைப் பொறுத்தவரை கழுவாய் என்னும் பரிகாரம், உடல்குணம் பெறுவதைக் காட்டிலும் முக்கியமானதாக இருந்தது. இதனால்தான் 'பிராயச் சித்தம்' என்ற பரிகாரச் சடங்கிற்கு அவசரம் எழுந்தது. பிராயச்சித்தம் இரட்டிப்புப் பயனளித்தது. குறிப்பிட்ட ஒருவரைத் தமது பாவத்தீட்டின் அளவிலிருந்து அது பரிகரிப்பதோடு அவனோடு பழகியதால் மற்றவர்க்குத் தொற்றிய தீட்டிலிருந்து அவர்களைப் பரிகரித்தது. தொழுநோய் போன்ற சிலவகை நோய்கள் பெரிய அளவில்

தீட்டினை உண்டாக்குபவை எனக் கருதப்பட்டதால், சடங்கு ரீதியிலான சுத்திகரிப்பின் அவசியம் ஒரு சமூகத்தின் அக்கறையாக எப்போதும் இருந்தது.

அந்த அக்கறை, அதிகாரத்தின் வரலாறு பற்றி நமக்குச் சொல்ல நிறைய விசயங்களைக் கொண்டுள்ளது. காலனியத்தின் இயலாமையை அது புலப்படுத்தியது. காலனியத்தின் அறிவியல், மருத்துவம், நாகரீகப்படுத்தும் நிறுவனங்கள், நிர்வாகக் கொள்கைகள், சுருங்கச் சொன்னால் அதன் பகுத்தறிவு 1850களிலேயே கிராமப்புறத்தின் எதிர்ப்பினை எதிர்கொண்டது. இது அரசியச் சொல்லாடலுக்கு எட்டக்கூடியதாக, சூட்சுமமான தளமாக இருந்தது. இந்தத் தளத்தில், கிராமப்புறத்தாரின் கோரிக்கை மனுக்கள் பேசிய எல்லாக் கதைகளும் பிரிட்டிஷ் அரசின் கதையோடு செறிக்கப்பட்டன. இப்படி மொத்தமாகப் போட்டுக் கொட்டுவதால் அதிகாரத்தின் முரண்பாடுகள் மேலதிகமாக எளிமைப்படுத்தப்படுகின்றன. காலனிய வாதிக்கும் காலனியமயமாக்கப்பட்டவருக்கும் இடையில் உள்ள பிரதான முரண்பாடாக ஓர் இடுகுறித்தனமான ஒருமைக்குள் இதனைச் சுருக்கிவிடுதாக இருக்கிறது.

ஆனால் கிராமப்புற சமுதாயத்தில் புரோகிதனுக்கும், குடியானவனுக்கும் இடையிலுள்ள முரண்பாட்டை என்ன செய்வது? சாஸ்திர பிரமாணங்களை விதிக்கிற பிரமாணர்களுக்கும் (ஏரைத் தொடுவது இவர்களுக்கு அதருமம்), அவர்களால் வஞ்சிக்கப்பட்ட குடியானவர்களுக்கும் (வயலில் இறங்கி உழைப்பது இவர்களுக்கு தருமம்) இடையிலுள்ள முரண்பாட்டை என்ன செய்வது? ஒரு சாதி சங்கத்திற்குள் உள்ள முரண்பாட்டைத் தீர்த்துவைக்க, பிராமணியத்திடமும், நிலக்கிழாரியத்திடமும் தாமே வலிய அடிபணிந்து ஒப்படைப்பதைப் பற்றி என்ன செய்வது? தனது மாமியார் ஆஸ்துமா நோயால் அவதிப்படும்போது, அதனால் தன்னைத் தீட்டுப்பட்டவனாகக் கருதிய மாம்ரெஜ்பூரைச் சேர்ந்த அபாய்மண்டல் என்பவர் உள்ளூர் புரோகித சபைக்கு முன் அடிபணிந்து தனக்குப் பரிகாரம் – பிராயசித்தம் வழங்குமாறு கேட்கிறார்; 'நான் முற்றிலும் ஆதரவற்றவன். சங்கைக்குரிய கனவான்களே! என் துயரத்திற்குத் தக்க பரிகாரம் வழங்க மனம் இரங்குவீர்களா?' சோட்டோ பைனன் ஊரைச் சேர்ந்த பஞ்சனன் மன்னா என்பவர் குதப்புற்று நோயால் ரணபாடுபட்டபோது, தனது கிராமத்திலிருந்த புரோகிதர் சபைக்கு முன் சென்று கேட்கிறார்:

'ஐயா நான் பரம தரித்திரன்; பிராயச்சித்தத்திற்கு என்னை உட்படுத்துவேன். இந்த ஏழைக்கு மனமிரங்கி தக்க பரிகாரத்தைத் தருவீர்களா?'

துக்கம் ததும்புகிற இக் குரல்கள் ஓர் அரசிய வரலாறு எழுதல் என்ற கூச்சலால் மூழ்கடிக்கப்பட நாம் அனுமதிப்பதா? இந்தக் குரல்களுக்குச் செவி சாய்க்காத வரலாறு நமது மக்களைப் பற்றிய வரலாறாக இருக்குமா? இக்காலகட்டத்தில் இத்தகைய மக்கள் வரலாறுகள் ஒரு குடிமைச் சமுதாயத்தின் அதிகார உறவுகளின் அடர்த்தியை நிர்மாணித்தன. அந்தக் காலகட்டத்தில் காலனியவாதிகளின் அதிகாரம் அங்கே நிலைநாட்டப்படவே இல்லை.

இந்திய வரலாற்றாசிரியர்களாகிய நாம் அரசியம் என்று குறிப்பிட்ட இந்த அறிவுக் குறுங்குழுத் தனத்தோடு *(Elitism)* சமரசம் செய்து கொண்டதில்லை என்று நம்மில் யாராவது கூற முடியுமா? அரசியம் என்ற அறிவுக் குறுங்குழுப் பண்பு, காலனிய முன்மாதிரியைப் பின்பற்றுகிற புலமைமிக்கவர்களுடைய படைப்புகளில் வெளிப்படையாக ஊடுருவியுள்ளது. இதுபற்றி நேரத்தைச் செலவிட விரும்பவில்லை. இப்பொருள் பற்றி விரிவாக வேறொரு கட்டுரையில் விவாதிக்கறேன்.

இங்கே நான் கூறவருவதெல்லாம், காலனிய முன்மாதிரி பற்றிய அரசிய நோக்குநிலை, காலனியவாதியின் தனிப்பட்ட நிலைபாட்டோடு முற்றிலும் ஒத்துப்போகிறது என்பதைத்தான். அது மேற்கோள் காட்டுகிற அரசு பிரிட்டிஷ் அரசுதான். என்றாலும்கூட இந்திய தேசியவாத, மார்க்சிய சொல்லாடல் களிலும் அரசியம் காணப்படுகிறது. இவ்விரண்டிலும் வருகிற அரசு, காலனியவாத எழுத்துக்களில் காணப்படும் அரசிலிருந்து குறிப்பிடத்தக்க அம்சத்தில் வேறுபடுகிறது. அது, பல்லாண்டு களாக நன்கு உருவாகி நிலைபேறு பெற்ற அரசாட்சியில் செயல்படுகிற அதிகாரத்திற்கும், இன்னமும் நடைமுறையில் கொண்டுவரப்படாத அதிகாரம்பற்றிய ஒரு கனவுக்கும் இடையி லுள்ள வேறுபாடாகும். மிகப் பொதுவான தாராளவாத– சனநாயக அடிப்படைகளைக் கொண்ட –சுயநிர்ணயத்தின்மீது பிரதான வலியுறுத்தலைச் செய்த தாராளவாத –தேசியவாத எழுத்துக் களில், தேச – அரசு ஒன்றை எதிர்நோக்கிய ஒரு கனவாக அது இருக்கிறது. இதே கனவு அரச – சோசலிச அடிப்படைகளைக் கொண்ட இடதுசாரி – தேசியவாத – சுயநிர்ணயத்தின்மீது பிரதான வலியுறுத்தலைச் செய்த தாராளவாத –தேசியவாத/ மார்க்சிய எழுத்துக்களில் இருக்கிறது. இரண்டிலுமே பிரதான முரண்பாடு ஒன்றைப் பற்றிய கருதுகோள் உள்ளது. இது அவற்றின் வரலாறு எழுதுதல் மீது ஆதிக்கம் செலுத்துகிறது. அந்தப் பிரதான முரண்பாடு தீர்க்கப்பட்டவுடனே அதிகாரம் பற்றிய காட்சியை அதன் சாராம்சமாக அது மாற்றிவிடும்.

மேற்சொன்ன தாராளவாத—தேசியவாதம் அரசியம் பற்றிக் கூறுகிற விளக்கத்தைவிட, இடதுசாரி—தேசியவாதம், மார்க்சியம் ஆகியவை அரசியம் குறித்துக் கொண்டுள்ள விளக்கம் குறிப்பிடும் படியாக மிகவும் உள்சிக்கல் மிக்கதாக இருக்கின்றது. எனவே எஞ்சிய பேச்சை இது குறித்துக் குவிமைப்படுத்த விழைகிறேன். ஏனெனில் தேசியவாதச் சொல்லாடலைவிட, இதன் அறிவார்ந்த சவால், மிகுந்த வித்தகம் பெற்றதாக இருக்கிறது. இதனால் எதிர்க்க முடியாததாக உள்ளது.

இந்தியத் துணைக்கண்டத்தில் சமூக மாற்றம் பற்றிய பிரச்சினையில் கவனம் கொண்ட செயலாளிகளுக்கும், கல்வி வட்டத்தாருக்கும் குடியானவர்கள் கிளர்ச்சி பற்றிய வரலாற்று அனுபவம் இருந்தது. அந்த அனுபவம், முன்கூட்டியே எதிர் நோக்கும் ஓர் அதிகாரத்திற்கான சிறந்த வரைவமைப்பாக இருந்தது. இது நன்கு தெரிந்த விசயமாகும். இது பற்றிய முழுமையான ஆவணப்படுத்தலை, பி. சுந்தரய்யாவின் தெலுங்கானா கிளர்ச்சி பற்றிய மாபெரும் வரலாற்று நூலிலன்றி வேறெங்கும் காண இயலாது.[4]

தற்போது ஆந்திரப்பிரதேசத்தின் ஒரு பகுதியாகவுள்ள, இந்திய தீபகற்பத்தின் தென் கிழக்குப் பகுதியான தெலுங்கானாவில் (இன்று தனி மாநிலமாக்கப்பட்டுள்ளது. மொ—ர்) கிளர்ந்து எழுந்த குடியானவர்கள்/விவசாயத் தொழிலாளிகள் கிளர்ச்சி ஒரு மாபெரும் கிளர்ச்சியாகும். பொதுவுடைமைக் கட்சி இந்தப் போராட்டத்தை வழிநடத்தியது. முதலில் இது ஹைதராபாத் சமஸ்தானத்தின் நிஜாம் அரசை எதிர்த்த ஆயுதப் போராட்ட வடிவத்தை எடுத்தது. பின்னர் ஹைதராபாத் சமஸ்தானம் இந்தியக் குடியரசோடு இணைக்கப்பட்ட பிறகு அது இந்திய அரசுக்கு எதிராக நடத்தப்பட்டது. இந்த ஆயுதப் போராட்டம் 1946 முதல் 1951 வரை நடந்தது. அதனை இந்திய இராணுவம் அடக்குவதற்கு முன் அந்தக் கிளர்ச்சி கிராமப்புற ஏழைகளுக்காக சில முக்கியமான வெற்றிகளை ஈட்டித்தந்தது. இருபது ஆண்டுகள் கழித்து இப்போராட்டம் பற்றி அதிகாரப்பூர்வமான விளக்கத்தை இக்கிளர்ச்சியின் பிரதான தலைவராக விளங்கின பி. சுந்தரய்யா ‘தெலுங்கானா மக்களின் போராட்டமும் அதன் படிப்பினைகளும்’ என்று ஒரு நூலாக வெளியிட்டார்.

சுந்தரய்யா நூலில் காணப்படும் ஒருங்கிணைக்கும் அம்சம் அதிகாரமாகும். இந்த அதிகாரம் பற்றிய காட்சியில், நிலம், நியாயமான ஊதியம் ஆகியவற்றுக்காக நடந்த போராட்டத்தை, குறிப்பிட்ட நிர்வாகம், நீதி, இராணுவ வினைபாடுகள் ஆகியவை மேலாதிகமாகத் தீர்மானித்தன. சரியாகச் சொன்னால் இவை

எல்லாமே அரசு – மாதிரி வினைபாடுகள் எனலாம். ஆனால் போராட்டத்தின் குணம், வீச்சு ஆகியவை காரணமாக இவை உள்ளூர் (பிராந்திய) ஆதிக்கத்தளமாகக் குறுகின. இத்தனை வரையறைகளோடு – அதன் எதிராளிகளான நிஜாமின் நிலக்கிழார் அரசும், சுதந்திர இந்தியாவின் பூர்ஷ்வா அரசும் ஒத்துக்கொண்ட பிரகாரம் அந்தப் போராட்டம், அரச அதிகாரத்தைக் கைப்பற்றும் போக்கில் நிலைகொண்டிருந்தது. இதன் ஆதிக்க உறுப்புகளும் தனது கட்டுபாட்டின் கீழிருந்த பகுதிகளில் செயல்படுத்தித் தயாரித்த திட்டங்களின் குணமும் இந்த நிலைபாட்டை உறுதிசெய்தன. ‘பிரதான முரண்பாடு’ என்ற அந்தத் தீர்மானத்தால், அது எதிர்நோக்கிய அதிகாரத்தைக் கரு அளவிலான ஓர் அரசு வடிவத்தில் வென்றெடுப்பதாக இருந்தது. அந்தப் பிரதான முரண்பாடு, நேருவின் ஆட்சியின் கீழ் இருந்த ஒன்றாக நிஜாம் ஆட்சியின் கீழ் இருந்ததில்லை. அது என்னவாக இருந்தாலும் ஆயுதப் போராட்டத்தின் வழியாக மக்கள் சாதிக்கக் கூடியதாக அவர்களுக்கு சாதகமானதாக இருக்க வேண்டும். இதுபற்றிக் கட்சியின் கோட்பாட்டாளர்கள் தீராத வாக்குவாதத்தில் சிக்கியிருந்தார்கள்.

இந்தப் போராட்டத்தில் வீரசாகசம், தியாகம், கொள்கைக் காக உயிரை விடுதல் ஆகியவை பெரிதும் போற்றப்பட்ட மதிப்பீடுகளாக இருந்தன. மக்கள் போராட்டத்தின் உன்னதமான பண்புகளை ஏத்துவதற்காக எழுதப்பட்ட வரலாற்றில் இந்த மாதிரி மதிப்பீடுகளை எதிர்பார்க்கலாம். அந்த மதிப்பீடுகளுக்குப் பொருத்தமான செயல்களும் உணர்ச்சிகளும் அந்த எழுத்தில் ஆதிக்கம் புரியும் என்பதை எதிர்பார்க்கலாம். தெலுங்கானா இயக்கம் பற்றிய சுந்தரய்யாவின் எடுத்துரைப்பில், ஓர் அரச அதிகாரத்திற்கான எதிர்பார்ப்பு, அதனை நடைமுறைக்குக் கொண்டுவர வடிவமைக்கப்பட்ட போர் உத்திகள், திட்டங்கள், இவற்றுக்குப் பொருத்தமான மதிப்பீடுகள் ஆகிய மூன்று அம்சங் களும் தெளிவாக ஒன்றிணைக்கப்பட்டுள்ளன. நோக்கத்தில் ஓர் ஒருமித்ததன்மை, இத்தகு ஒன்றிணைப்புக்கு அவசியமாகும். சுந்தரய்யாவின் விளக்கத்தில் இது முன் கூட்டியே கருதப்பட் டிருக்கிறது. இது அவரது போராட்ட வரலாறு குறித்த பதிவுக்கு தர்க்க ரீதியான ஒருமைப்பாட்டையும், குவியத்தையும் வழங்கி யுள்ளது. அந்தப் போராட்டத்தினுடைய நோக்கத்தின் ஒருமித்த தன்மையைக் கேள்விக்கு உட்படுத்தினால் தர்க்கரீதியான அந்த ஒருமைப்பாடும், குவியமும், என்னவாகும்? அந்த ஒரே நோக்குடைய போராட்டம், தெலுங்கானா இயக்கத்தின் உள்ளடக்கத்தின் எல்லா கூறுகளையும் தந்ததா என்ற கேள்வியைக் கேட்டால் அந்த ஒருமைப்பாடும், குவியமும் என்ன ஆகும்?

தொல்லை செய்யும் இப்படியானதொரு கேள்வி உண்மையில் கேட்கப்பட்டது. அந்தக் கிளர்ச்சியில் பங்கெடுத்த பெண்கள் சிலர் அந்தக் கேள்வியை எழுப்பினர். தெலுங்கானா போராட்டத்தின் வரலாறு குறித்த ஒரு பெண்ணிய வாசிப்பிற்காக நேர்காணல்களை நடத்திய இளந்தலைமுறையைச் சேர்ந்த மகளிர் அதனை முதன்முதலாகப் போராடிய பெண்களிடமிருந்து கேட்டறிந்தனர். வசந்தா கண்ணபிரானும், கே. லலிதாவும் தங்களது 'அந்த மாந்திரீக காலம்' என்ற கட்டுரையில் அந்தக் கேள்வியின் எதிர்வினைகள் சிலவற்றை விளக்கியுள்ளார்கள்.[5] அந்தக் கேள்வி, அதன் சகலவிதமான மாறுதல்களுக்கு மத்தியில் ஒரு பொதுவான பண்பினைக் கொண்டுள்ளதாக அவர்கள் கண்ட நேர்காணலில் கூறுகிறார்கள். அது 'எரிச்சலுக்கு ஆளானவரின் ஒரு கம்மிய தொனி'யாக, 'வலியின் அடையாளமாக'[6] உள்ளது. வயதான அந்தப் போராளிப் பெண்களின் குரல்கள் இவற்றைச் சுமந்து கொண்டிருக்கின்றன. 'கேட்டல்' எனப்படுவது 'சொல்லாடலோடு சேர்ந்தது'[7] என்பதை நாமறிவோம். ஒருவர் ஒருவர் பேசுவதைக் கவனிப்பது என்பது, ஏற்கனவே ஒன்றிற்கு நம்மை திறப்பதாக ஆகிறது. அது இருத்தலியல் ரீதியில் ஒன்றாக நாம் பகிர்ந்து கொள்வது ஆகும். கவனிப்பதற்காக ஒருவர் ஒரு பக்கமாகச் சற்று மனதைத் திருப்புவதாகும். இதனால்தான் பெண்களின் தலைமுறைகளிடையே பேசுவதும் கவனிப்பதும் அவர்களது ஒருமைப்பாட்டிற்கு உரிய நிபந்தனையாக இருக்கிறது. அது மீளவும் ஒரு விமர்சனத்திற்கு உரிய புலமாக வினைபுரிகிறது. ஒருமைப்பாடென்றால் கவனித்தல், ஒருபக்கமாக மனம் சாய்தல் ஆகியவற்றோடு சம்பந்தப்படுகிறது என்னும்போது, கண்ணபிரான், லலிதா ஆகியோரின் விமர்சனம் கவனிக்காமை, செவிகொடுக்க மறுப்பது, அந்த இடத்தை விட்டுப் போவது முதலிய தனித்துவமான முறைகளால் ஏற்படுகிற சில பிரச்சினைகளை முன் வைக்கின்றன. வலியால் சிக்கியது போலக் கம்மிய தொனியில் பேசுகிற சன்னமான குரலைக் கேட்க மறுக்கின்ற தனிப்பட்ட அரசியல் சொல்லாடல் முறைக்கு எதிராக நிறுத்துகின்றது. அந்தத் தனிப்பட்ட அரசியல் சொல்லாடல் ஆணையிடுகிற ஓசைக்கு எதிராக, 'பெண்கள் என்ன கூறுகிறார்கள் என்பதைக் கேட்க இயலாத'[8] ஆண்பாலுக்கு எதிராக வலியால் முனங்கும் கம்மிய தொனியில் பேசுகிற சன்னமான குரலை நிறுத்துகின்றது.

எரிச்சலாலும் வலியாலும் தாக்கப்பட்ட பெண்கள் கம்மிய தொனியில் பேசியது என்ன? தெலுங்கானா உழைக்கும் மக்களுக்குச் சொந்தமான நிலமும், நியாயமான ஊதியமும் கிடைக்கப்பெற்று அதன் மூலமாக வாழ்க்கையின் பொருளியல்

நிலைமைகளை முன்னேற்ற வேண்டும் என்ற நோக்கத்தை இயக்கம் முழுமையாக நிறைவேற்றவில்லை. இந்த ஏமாற்றத்தையே அவர்கள் பேசினார்கள். தங்களுடைய ஏமாற்றத்தை ஆண்களிடம் பகிர்ந்துகொண்டார்கள். இந்த ஏமாற்றம், போராட்டத்தின் திட்டத்திலும், கருத்தியலிலும் பொறிக்கப்பட்டிருந்த பெண் விடுதலை அம்சத்தைத் தலைமை மதிக்கத் தவறியதால் ஏற்பட்ட தனித்துவமான ஏமாற்றமாகும். பெண் விடுதலை அம்சம்தான் பெண்களைப் போராட்டத்திற்கான மக்கள் திரளாக அணி திரட்டியது. தொன்மையான ஓர் அடிமை முறையிலிருந்து விடுதலை பெறுவதற்குரிய நம்பிக்கையை அந்தப் பெண்கள் கண்டார்கள். அந்த அடிமைமுறையின் சகலவிதமான கருவிகளும், அடிமைப்படுத்தும் சங்கேதங்களும் ஆண் ஆதிக்கம் என்ற தனித்தொரு அதிகாரத்தில் ஒருங்கிணைக்கப்பட்டன. இந்த ஆண்பால் ஆதிக்கம் இந்தியப் பாராளுமன்ற அரசியலின் தர நிர்ணயமாகும். இதுவே மக்கள் போராட்ட அரசியலின் தர நிர்ணயமாக இருக்கும் என்பதைப் போராட்டத்தில் பங்கெடுத்த தங்கள் அனுபவத்திலிருந்து தெலுங்கானாப் பெண்கள் வெகுவிரைவில் கண்டுணர்ந்தார்கள்.

எண்ணிக்கை, ஆர்வம், நம்பிக்கை ஆகியவற்றால் இயக்கத் திற்குப் பெண்கள் வலிமையைச் சேர்த்தற்கான காரணத்தைப் புரிந்துகொள்ளுவது கடினமானதல்ல. இந்த அம்சம் அந்த இயக்கத்திற்குள்ளே சற்று நெருக்கடியை ஏற்படுத்தியிருக்க வேண்டும். இயக்கத்தின் தலைவர்கள் வகுத்திருந்த போராட்ட இலக்கில், சில அடிப்படையான மாற்றங்களைச் செய்யாமல், அந்த நெருக்கடியைத் தீர்க்க முடியாது என்ற நிலைமை ஏற்பட்டது. சீர்திருத்தச் செயல்பாடுகளால் இதனைச் செய்துவிடலாம் என்று அவர்கள் நினைத்தார்கள். ஆரம்பத்தில், சீர்திருத்த முறைகளில் விடுதலையைப் பெறலாம் என்ற எண்ணம் பெண்களை இயக்கத்திற்குள் ஈர்த்தது. எனினும் மிகுந்த செயலூக்கத்தோடு அவர்கள் இயக்கச் செயல்பாடுகளில் முன்னோக்கிச் செல்லும் போது, அந்த இயக்க அலையின் உக்கிரமும், தாக்குதலும், திடீர்த் திருப்பங்களும் பொங்கி எழுதலும் தலைமை வைத்திருந்த இடத்தில் பெண் விடுதலைக் கருத்தை இன்னும் காத்திருக்கச் சாத்தியமில்லாமல் ஆக்கின. கொந்தளிப்பான அந்த நிலைமை, விடுதலை பற்றிய ஒரு புதிய கருத்தாக்கத்திற்குரிய வார்ப்பாக மாறியது. அந்தவித விடுதலை, தங்களுக்கு ஆண்களால் வடிவமைத்து, அவர்களாக முன்வந்து வழங்கப்படுவது எனப் பெண்கள் இனியும் நம்பத் தயாராக இல்லை. இதன்பிறகு, சமஉரிமை என்பது ஒரு சட்டப்பிரச்சினை இல்லை; அது பெண்களின் சுய நிர்ணய உரிமை என்ற நிலையை எட்டியது.

விடுதலை ஒரு முடிவல்ல, அது ஓர் இயக்கம், பெண்கள் அதன் பயனாளிகள் அல்லர், அதன் முகவர்கள் என்று உணரப்பட்டது.

சுந்தரய்யாவின் நூலில் பெண்களுடைய செயல்பாடு பற்றிய அங்கீகாரம் இல்லை. அதனை ஒரு கருத்தாக்கமாகவோ அல்லது கருதிப்பார்க்கத்தக்க ஒன்றாகவோ அங்கீகரிக்கவில்லை. தெலுங்கானா இயக்கத்தில் பெண்களின் வகிபாகம் பற்றிய ஒரு முழு அத்தியாயத்தில் இடம்பெறுகிற பின்வரும் வாசகத்தில், மகளிர் விடுதலை எனும் கருத்து பற்றி அவர் கொண்டிருந்த புரிதலின் தொனியை அறியலாம். 'பொருளாதார ரீதியிலும், சமூக ரீதியிலும் ஒடுக்கப்பட்ட நமது பெண் மக்களிடம் குமுறிக் கொண்டிருக்கிற பிரம்மாண்டமான புரட்சிகர உணர்வையும் சக்தியையும்' பற்றி அவர் உண்மையான மதிப்பு வைத்து வியந்து பேசுகிறார். அடுத்த வாக்கியம் வருமாறு:

'அது, தனது பழைய மரபு – சார்ந்த கூட்டிலிருந்து விடுபட்டு மேலெழுந்து வருவதற்கு உதவ நாம் மட்டும் சற்று சிரமம் எடுத்துக்கொண்டால், சரியான புரட்சிகர திசையில் செல்லுமாறு அதற்கு வழிவகை செய்ய முயன்றால், அது ஒரு வலிமையான எழுச்சிக்கு இட்டுச் செல்லும்'[9].

இந்த மேற்கோளில் தன்மைப் பன்மையில் இடம்பெறுகிற கூற்று மேலாதிக்கத் தன்மை கொண்ட ஓர் ஆண்பால் தலைமைக் காகப் பேசுகிறது என்பது வெளிப்படை. அந்த ஆண்பால் தலைமை, பெண்களைப் பற்றிய தனது மனப்பான்மையில், 'பழைய மரபு சார்ந்த கூட்டுக்குள்' தானே மாட்டிக்கொண்ட உண்மை பற்றி ஓர்மையின்றியோ, அல்லது அதனைக் கண்டு கொள்ளாமலோ இருக்கின்றது. எனினும் அது கீழ்க்காணும் மூன்று வகிபாகங்களை அணிந்து கொள்ளுகிறது:

– பலவீனமானவர்கள் என ஊகித்துக் கொண்ட நபர்களைத் தூக்கிவிடுகிற வலிமைமிக்கவர்கள்.

– மரபால் இன்னமும் சிறைப்பட்டவர்களை விடுக்கின்ற பணியை மேற்கொள்ளுகின்ற விழிப்புணர்ச்சி பெற்றவர்கள்.

– பின்தங்கிய ஒரு பெண்பால் கூட்டத்தின் சக்திகளை 'சரியான புரட்சிகர திசையல்' வழிநடத்தும் முன்னணிப்படையினர்.

அறிவுக்குறுங்குழுவாதத்தின் இத்தகு நிலைபாட்டை இதனினும் மிகையாகக் கூறமுடியாது.

எனவே, பெண் விடுதலை எனும் செயல்திட்டத்தைச் சீர்திருத்தப் பள்ளத்திலிருந்து வெளியே கொண்டுவருவதற்குத் தலைமை அனுமதிக்காததில் வியப்பொன்றுமில்லை. போராட்டத்தில் பங்கெடுத்த பெண்கள் வெறும் கருவிதான் என்ற அதிகாரபூர்வமான பார்வை மாறவே இல்லை.

இதன் விளைவாக இயக்கத்தின் ஒரு கட்டத்தில் ஆண்பால் ஆதிக்கம்பற்றிய பிரச்சினை பெரிதாக வெடித்தபோது அதனைப் பலவீனப்படுத்தும் விதத்தில், கட்சி நிறுவன ஒழுங்குமுறையின் பெயரால் அதற்குத் தகுந்த தீர்வு காண்பது ஒத்திவைக்கப்பட்டது, தவிர்க்கப்பட்டது அல்லது புறகணிக்கப்பட்டது. கட்சியின் ஒழுங்குமுறை[10] பற்றிக் கண்ணபிரானும், லலிதாவும் விரிவாக எழுதியுள்ளார்கள், கட்சிக்கட்டுப்பாடு, சமுதாயத்தில் உள்ள 'மக்கள் கருத்து' ஆகிய இரண்டிலும் மக்கள் தலைமை என்பது தந்தை வழி ஆட்சி முறையாக இருக்கிறது. 'மக்கள் கருத்து' என்று சொல்லுவதெல்லாம் அந்தத் தலைமை, தனது சொந்த ஆதிக்கத்திற்காகப் பயன்படுத்திக்கொள்ளுகிற சாக்குப்போக்காகத் தெரிகிறது. இது கட்சிக் கட்டுப்பாடு, பாலியல் பிரச்சினை பற்றிய பிரச்சனைகளைக் கையாளுவதற்குக் கூறுகிற சாக்குப்போக்காகும். கட்சிக் கட்டுப்பாட்டைக் கேள்வி கேட்பதே முறை மீறியதாகக் கூறி கட்சி அதனை நிராகரித்தது. சுந்தரய்யாவின் நூலில் வரலாறு பற்றிய அவரது நிலைபாடு, தந்தைவழி ஆட்சிமுறையோடு முழுமையாக ஒத்துப் போகிறது என்பதைச் சொல்ல எனக்கு வருத்தமாக இருக்கின்றது. வரலாறு எழுதுதல் அனைத்திற்கும் பொதுவாக உள்ள தேர்ந்தெடுத்தல், மதிப்பீடு செய்தல் என்னும் கொள்கைகள் இங்கே ஒத்துப்போகின்றன. முன்கூட்டித் தயாரிக்கப்பட்ட ஓர் அரசிய நிலைபாடு தெளிவாகிறது. முரண்பாடு பற்றி இதில் காணப்படுகிற ஓர் ஏறுவரிசைப்படுத்தப்பட்ட பார்வை பண்பாட்டைப் பற்றிய ஓர் ஏறுவரிசைப்பட்டியலைத் தூக்கிப்பிடிக்கிறது. இயக்கத்தில் பெண்களின் பங்கெடுப்பை இது அங்கீகரிக்கவே இல்லை. சுந்தரய்யாவின் நூல் பெண்களைப் பற்றிய நல்லெண்ணத்தைக் கொண்டிருந்தாலும், அவர்களுடைய தைரியம், தியாகம், புத்திசாதுரியம் ஆகியவை பற்றி வானளாவப் பாராட்டினாலும் 'பெண்கள் என்ன கூறினார்கள்' என்பதற்குச் செவிசாய்க்கவில்லை.

ஒருவேளை 'பெண்கள் என்ன பேசினார்கள்' என்பதைத் தமது திட்டத்தின் ஒரு அங்கமாகக் கருதிய ஒரு வரலாறு எழுதுதல் முறை இருந்திருக்குமானால் அது என்ன விதமான வரலாற்றை எழுதியிருக்கும்? இந்தக் கட்டத்தில் இந்தக் கேள்வி எனக்கும் பெரும் சிக்கலாக இருப்பதால் என்னால் பொதுப்படை யான சில அவதானிப்புகளுக்கு மேல் எதுவும் செய்ய முடிய வில்லை. அரசியச் கொல்லாடல் குறித்த நம்முடைய விமர்சனம், தன்னளவில் ஒரு மாற்று வரலாறு எழுதுதலை இப்போது ஏற்படுத்த முடியாது. அது நடக்க வேண்டுமானால் கருத்தாக்க மயமாதலைத் தாண்டி அடுத்த கட்டத்திற்கு நகர வேண்டும். அதாவது, அந்த வரலாற்றை மீள எழுதுதல் என்ற நடவடிக்கைக்கு நகர வேண்டும்.

முதலாவதாக, பெண்களின் குரல்களிலிருந்த ‘எரிச்சலுற்ற கம்மிய தொனிகளையும்’ வலியின் அடையாளத்தையும்’ கவனத்தில் கொண்டு மீள எழுதப்படும் தெலுங்கானா இயக்கம் பற்றிய ஒரு வரலாறு அரசியச் சொல்லாடலின் ஒற்றைக் குரலுக்குச் சவாலிடும். இதன் மிக முக்கியமான தொடர்பு நடவடிக்கைகளில் ஒன்று: குறிப்பிட்ட முரண்பாடுகளின் தொகுதி ஒன்றைப் பிரதானமானது அல்லது ஆதிக்கமானது அல்லது மையமானது என்றும் ஏனைய முரண்பாடுகளைவிட இதனைத் தீர்ப்பதற்கு மிகுந்த அவசரமும் முன்னுரிமையும் தரவேண்டும் என்றும் கற்பித்துள்ள ஏறுவரிசையாக்கத்தை அழிக்க வேண்டும்.

இரண்டாவதாக, சன்னமான குரல் பற்றிக் கவனத்தில் கொள்ளுகிற ஒரு வரலாற்றை மீள எழுதுதல் என்பது, இயக்கத்தில் பங்கெடுத்தல், அதில் வெறும் கருவியாகப் பயன்படுத்தப்படுதல் ஆகிய பிரச்சினைகளை மீண்டும் எடுத்துரைப்பிற்குக் கொண்டுவருவதாகும். அதிகாரப்பூர்வமான தரப்பு முன்வைத்த ‘கருவியாகப் பயன்படுத்துதல்’ என்பதற்கு இதில் இடம் இருக்காது. மக்கள் எழுச்சி பற்றிய கதை கட்சியின் தலைமையாலும், ஆண்பாலாலும் சொல்லப்படுகிறது. இதில் ஆண்களே முகாமையானவர்கள். செயலூக்கமாகக் கலந்து கொள்ளும் மற்றவர் எல்லோரும் கருவி என்ற நிலைக்குப் பின்தள்ளப்படுகிறார்கள். வளர்ந்து வருகிற இயக்கத்தின் தாக்கத்தால் ஒரு மாற்றமும் அடையாதவர்களாக அவர்கள் ஒதுக்கப்படுகிறார்கள். புதியதொரு வரலாற்று விளக்கத்தில், மேற்படிப் பொருள் இகந்த பார்வை, பெண்கள் இயக்கத்தின் கருவிகளாக இன்றி அதன் முகவர்களாக இருந்தார்கள் என்ற கருத்தோடு மோதும்; பெண்கள் பங்காற்றியதால் அந்த இயக்கம் தன்னளவில் நிர்மாணிக்கப்பட்டது என்ற கருத்தோடு முரணும். பெண்களுக்காக மற்றவர்கள் ‘சமஉரிமைகள்’ கோரி நடத்திய ஒரு போராட்டத்தில் பெண்கள் சடத்தனமான பயனாளிகள் என்ற பிம்பத்தை இது கண்டிப்பாக அழித்துவிடும். வழக்கமாக ‘சம உரிமைகள்’ பற்றிய கருத்தாக்கமானது தனது சம்பிரதாயமான அர்த்தத்தை இழந்து பெண்களின் சுய விடுதலையில் ஓர் இன்றியமையாத கூறு என்ற அதன் கஎ்ணியத்தை மீளவும் அடையும்.

மூன்றாவதாக, பெண்களுடைய குரல் ஒருமுறை கேட்டு விட்டால் அது சன்னமான மற்ற குரல்களையும் கேட்கும்படியாகத் தூண்டும் என்று நம்புகிறேன். உதாரணமாக, ஆதிவாசிகள், பூர்வ குடிகள் குரல்கள். இவர்களும்கூட அரசியச் சொல்லாடவில் விளிம்பு நிலைப்படுத்தப்பட்டுக் கருவிகளாக்கப்பட்டுள்ளார்கள். பெண்கள் விசயத்தைப்போல மேற்படி மக்களின் தைரியம்,

தியாகம் பற்றிய புகழாரமானது அவர்களுடைய பங்களிப்பை அங்கீகரிக்காமைக்குரிய இழப்பீடாக இருக்க முடியாது. இதனை, அனுபவவாத தளங்களில் மட்டும் நடக்கிற ஒரு திருத்தல் என்று நான் கருதவில்லை. ஒரு பகுதியாரைக் கருவியாகக் கருதுகிற பார்வையானது அறிவுக் குறுங்குழு வாதத்தின் இறுதிப் புகலிடமாகும். பெண்களைப் பற்றி மட்டுமின்றி, மற்ற எல்லாப் பங்களிப்பாளர்களைப் பற்றிய இந்த அறிவுக் குறுங்குழு வாதத்தின் பார்வையைக் கேள்விக்கு உட்படுத்தி, மீள் – மதிப்பீடு செய்யும் எல்லைவரைக்கும் வரலாறு எழுதுதலின் தாக்கத்தைத் தள்ளிக் கொண்டு போக விரும்புகிறேன்.

இறுதியாக, எடுத்துரைப்பு முறை பற்றி ஒன்றைக் கூற வேண்டும். சன்னமான குரலின் வரலாறு தெலுங்கானாப் போராட்டம் பற்றிய திருத்தி எழுதப்பட்ட வரலாற்றில், செவிமடுத்துக் கேட்கப்பட வேண்டுமானால் அது ஆதிக்க சார்பான கூற்றினைக் குறுக்கீடு செய்து, அதன் கதை ஓட்டத்தை உடைத்து, அதன் கதைப் பின்னலில் குழப்பத்தை உண்டாக்குதவன் மூலமாக மட்டுமே சாத்தியமாகும். ஏனெனில் அந்த அரசிய சார்பான கூற்று அதன் எடுத்துரைப்பின் அமைப்பிற்குள் உள்ளார்ந்ததாகக் காணப்படுகின்றது. ஒரு நாவலில் உள்ளது போலவே நேர்கோட்டுத்தன்மையும், உள் இயைபும் உடைய ஒழுங்கைக் கொண்டதாக மறுமலர்ச்சிக் காலத்திற்குப் பிந்தைய வரலாறு எழுதுதலின் எடுத்துரைப்பு அமைந்துள்ளது. கதையில் எதைச் சேர்ப்பது எதை விடுவது, இறுதி வெளிப்பாட்டோடு ஒத்தமைந்த விதத்தில் எப்படிக் கதை நிகழ்வின் தர்க்கத்திற்கு ஏற்றவாறு எவ்வாறு விதவிதமான பாத்திரங்களையும் சம்பவங்களையும் கட்டுக்குள் வைப்பது ஆகியவற்றை அந்த ஒழுங்குதான் கட்டுப்படுத்துகின்றது.

அரசியச் சொல்லாடலின் ஒற்றைக் குரலின் தன்மை இப்படிப்பட்ட ஓர் ஒழுங்கினைச் சார்ந்துள்ளது. கடந்த முந்நூறு ஆண்டுகளாக வரலாறு பற்றி எழுதுவதை ஆதிக்கம் செய்துவந்த மாதிரியிலிருந்து ஒரு தீவிரமான திருப்பத்தையும், ஓர் ஒழுங்கின்மையையும் செய்வது நமது நிலைசார்ந்த வரலாற்று எழுத்திற்கும் இன்றியமையாத தேவையாகும். இத்தகைய ஒழுங்கின்மை சரியாக என்ன வடிவத்தை எடுக்கும் என்பதை முன்கூட்டிச் சொல்வது கடினம். ஒருக்கால், சொற்களின் சீரான ஓட்டத்தைத் தருவதற்குப்பதிலாக அந்த வடிவம், எடுத்துரைப்பதைத் திக்கிப் பேசும்படி பலவந்தப்படுத்தலாம். ஒருவேளை அதன் நேர்கோட்டுப் பயணத்தை வளைவுகளாலும் முடிச்சுகளாலும் கலைத்துவிடலாம். ஒருக்கால் வரலாறு எழுதுதல் என்னும் புனிதமான பசு (தனது சுழற்சித் தனத்திற்காக

வெட்கப்படாத – ஒரு நிலையில்லாத) அரைகுறையான புராண காலம் என்ற பீடத்தில் வைத்துப் பலியிடப்படலாம். இவ்விடத்தில் ஒருவர் சொல்ல முடிவதெல்லாம் இதுதான்:

தனது வரலாற்றை எழுதத் தன்னை அர்ப்பணித்துக் கொண்டு அடங்க மறுக்கிற ஒரு விளிம்புநிலையின் குரலின் கம்மிய தொனிகளையும், நம்பிக்கை வறண்ட ஒரு முடிவோடுள்ள பெண்களின் குரலின் கம்மிய தொனிகளையும் உணரக்கூடிய புதிய வரலாறு எழுதுதலுக்காக, பூர்ஷ்வா எடுத்துரைப்பியலின் ஆட்சியைத் தூக்கி எறியவேண்டும். இதுவே அதற்கான நிபந்தனை.

அடிக்குறிப்புகள்:

1. Lauro Martines, "Power and Imagination: City - states in Renaissance Italy" (Penguin Books, Harmondsworth, 1983) pp. 268-9.
2. Panchanan Mandal (ed), "Chitthipatre Samajchitra." Vol.2 (Viswabharati, Calcutta & Santiniketan, 1953).
3. "In Dominance without Hegemony and its Historiography": Subaltern Studies. VI (Oxford University press, Delhi, 1989), pp. 210-309.
4. P. Sundarayya. "Telangana People's Struggle and its Lessons" (Communist Party of India - Marxist, Calcutta, 1972).
5. Vasantha Kannabiran and K. Lalitha, "That Magic Time" in Kumkum Sangari and Suresh Vaid (eds), "Recasting Women" (Rutgers University Press, New Burnswick, New Jersey, 1990), pp. 190-223.
6. Ibid, pp. 194, 196.
7. Martin Heidegger, "Being and Time" (Basil Blackwell, Oxford, 1987), p.206.
8. Kannabiran and Lalitha, p.199.
9. Sundarayya, pp. 328-9. Emphasis added.
10. 'மக்கள் கருத்தை நமக்கு எதிராக நிறுத்துகின்ற முடிவு எதையும் முன் வைக்கலாகாது' – திருமணம், பாலியல் பிரச்சினைகளைப் பற்றி இவ்வாறு தமது நூலில் சுந்தரய்யா எழுதியுள்ளார். ப.351.

நன்றி: *மணற்கேணி*, ஜனவரி – பிப்ரவரி, 2012.

3

சமகாலப் பண்பாட்டுப் பால் பற்றிய ஒரு கோட்பாட்டிற்குரிய சிக்கல்கள்

சூசி தாரு, தேஜஸ்வினி நிரஞ்சனா

I

திடீரென எங்கும் ‘பெண்கள்’! வளர்ச்சி குறித்த நிபுணர்கள், மூன்றாம் உலக நாடுகளின் வறுமைக்குக் காரணமாகப் பண்பாட்டுப்பால் (gender) (ஓர) வஞ்சனை’யைச் சுட்டிக் காட்டுகிறார்கள். மக்கள் தொகையைத் திட்டமிடுபவர்கள் இந்தியப் பெண்களை வலிமையுறச் செய்வதற்குத் தங்களது ஈடுபாட்டைப் பிரகடனம் செய்கிறார்கள். பொருளாதார வல்லுநர்கள் இந்திய உழைப்புச் சக்தியைப் பெண்மைப்படுத்துவது பற்றிப் பேசுகிறார்கள். எடுத்துக்காட்டாக 1991 – 1992இல் இந்திய பொதுவுடைமைக் கட்சியின் (மார்க்சிஸ்ட் – லெனினிஸ்ட்) ஒருபிரிவான மக்கள் யுத்தக்குழு, பாலியல் மற்றும் வீட்டு வன்முறை, வரதட்சிணை, நாட்டுச் சரக்கு அல்லது சாராய விற்பனை ஆகியவற்றுக்கு எதிராகப் பெண்கள் இயக்கங்களின் நடவடிக்கைகளை ஆதரித்தது. மண்டல் – எதிர்ப்புக் கிளர்ச்சிகளின் போது, உயர் சாதிப் பெண்கள் தெருவுக்குத் திரளாக வந்து போராடினார்கள். ராமஜென்ம பூமி இயக்கத்தில் பெண்கள் பிரபலமான தலைவர்கள் ஆனார்கள். பாரதீய ஜனதா கட்சி (பா.ஜ.க) தனது அடுத்த தேர்தல் பிரச்சாரத்தில் பெண்களையும் தலித்துக்களையும் முக்கிய குறி இலக்குகளாக அடையாளம் கண்டுள்ளது. திரைப்படங்களிலும், தூரதரிசன நிகழ்ச்சிகளிலும்

பெண்களே பிரதானமானவர்கள். பாண்டிச்சேரியில் எழுதப் படிக்க மேற்கொண்ட பிரச்சாரங்களில் பெரும் எண்ணிக்கையில் பெண்கள் சேர்ந்தார்கள். ஆந்திரப் பிரதேசத்தின் சில பகுதிகளிலும் இது நடந்தது. கிராமப்புறப் பெண்கள் நடத்திய சாராய எதிர்ப்பு இயக்கம், ஆந்திரப்பிரதேசத்தின் பொருளாதாரத்தை முடக்கியது.

இதனை நாம் எவ்வாறு 'வாசிப்பது'? பெண்ணிய நடவடிக்கைகளுக்கும், இன்றைய பண்பாட்டுப்பால் குறித்த கோட்பாட்டிற்கும் என்ன சம்பந்தம்? பண்பாட்டுப் பாலை ஆதரிக்கின்ற எல்லோருக்கும் இந்தப் 'பெண்கள்' பெண்ணியத்தின் முகவர்களாக நிற்பதாகத் தோன்றுகிறது. இப்புதிய காட்சியைப் பெண்களின் இயக்கத்தின் வெற்றிக்கான ஓர் அறிகுறியாகக் கருதுகிறார்கள். ஆனால் இந்த வெற்றியே பிரச்சனைக்கு உரியதாகவும் இருக்கிறது. விரிந்த அளவிலான பிரச்சினைகளைப் பெண்ணியம் விமர்சன பூர்வமாக ஆய்வு செய்துள்ளது: குடிமைச் சமூகத்தில் மேற்கிளம்பி வர முனைகிற இதர விளிம்புநிலைக்குத் தள்ளபட்ட சக்திகளோடு (மலைவாழ் மக்கள், தலித்துக்கள் –மொ–ர்) பெண்கள் அணி சேருகிற சாத்தியங்கள் அடிக்கடி தடுக்கப்படு கின்றன. பெண்ணியவாதிகள் ஆதிக்க கலாச்சாரத்திற்குள்ளே தாங்கள் இழுக்கப்படுவதைக் காணுகிறார்கள். இதன் விளைவுகளை இக்கட்டுரை வழி அறிந்திட நாங்கள் முயற்சிக்கின்றோம். இந்தப் பணி மிகவும் அவசரமானது; ஏனெனில் பெண்ணியத்திலுள்ள நெருக்கடி இன்றைய சனநாயகம், மதச்சார்பின்மை ஆகியவற்றின் நெருக்கடியோடு சம்பந்தப்பட்டுள்ளது என்பது உறுதி.

1970களிலும் 1980களிலும் பலவகைப்பட்ட பேரளாவியங்களில் (universalisms), கருத்துவகை அளவில் புலப்படாதவாறு ஆக்கப் பட்டிருந்த 'பண்பாட்டுப் பாலினை' நிலைநிறுத்தும் ஒரு முக்கியமான பணி பெண்ணியக் கோட்பாட்டிற்கு இருந்தது. எ.டு: 1970களின் ஆரம்பத்தில் 'பெண்ணைக் கேலி செய்வதற்கு' எதிரான பிரச்சாரத்தை மாணவிகள் மேற்கொண்டார்கள். இதன் காரணமாக ஒவ்வொரு நாளும் பல்கலைக்கழகங்களிலும் வீதிகளிலும் வேலைத்தளங்களிலும் எல்லாப் பெண்களும் வெளிப்படையான பகையையும், பாலியல் ரீதியிலான அச்சுறுத்தலையும் சமாளிக்க வேண்டிய நிலைமை ஏற்பட்டது. பொதுநல வழக்குத் தொடுப்பது (ஊசி மூலம் உடலில் செலுத்தும் கருத்தடை மருந்துக்கு எதிராக), காவலர் வன்புணர்ச்சி, மற்றும் தீர்ப்புகட்கு எதிராக மேல்முறையீடு செய்வது காவலில் வைத்திருக்கும்போது வன்புணர்ச்சி, குடும்ப வன்முறை, மண உரிமைகள் மீட்பு ஆகியவை தொடர்பாக, மேற்கொண்ட நடவடிக்கைகள் வழியாக, நாங்கள் பண்பாட்டுப் பால் உறவுகளிலிருந்த ஏற்றதாழ்வுகளை வெளிப்படுத்தினோம்...

பெண்களுடைய வாழ்க்கையின் கலாச்சார, பொருளாதாரப் பின்புலம் பற்றி மேலும் கூடுதலான புரிதல் சட்டத்தில் இருக்குமாறு மாற்றங்களைக் கோரினோம். குடும்பத்தைத் தனிப்பட்டவர்கள் சம்பந்தப்பட்டது என்று கருதிய காரணத்தால் குடும்ப வன்முறையிலிருந்து பெண்கள் தங்களைத் தற்காத்திடும் வழிகள் குறுக்கப்பட்டிருப்பதை 'வரதட்சிணை சாவுகளை'ப் புலனாய்வு செய்த பெண்கள் குழுக்கள் வெளிப்படுத்தின. இந்தச் சாவுகளைத் தற்கொலைகள் என வகைப்படுத்துவதில் சட்டம், காவல்துறை, மருத்துவ அமைப்பு, குடும்பம் ஆகியவை கொண்டிருந்த சதிகாரக் கூட்டினை இவை அம்பலப்படுத்தின.

பெண்களின் வீட்டு வேலையை உழைப்பு குறித்த மார்க்சிய வர்க்க ஆய்வின் புரிதலுக்குள் வகைப்படுத்துவதையும், பண்பாட்டுப்பாலையும், பெண்கள் பிரச்சினைகளையும் இதே போல அதன் ஆய்வின் புரிதலுக்குள் அடக்க முயன்றதையும் தடுத்து மீட்கப் பெண்ணியவாதிகள் முயன்றார்கள். மார்க்ஸிய விளக்கத்தின்படி வேலைசெய்யும் சக்தியில் பெண்ணின் உழைப்புச் சக்திக்குத் தரப்பட்ட விளிம்புநிலையைப் பெண்ணியப் புலமை யாளர்கள் சுட்டிக்காட்டினார்கள். மேலும், வரலாறு, இலக்கியம் போன்ற புலங்களின் உருவாக்கங்கள் விமர்சன பூர்வமாக விவாதிக்கப்பட்டு மாற்று எடுத்துரைப்புக்கள் உண்டாக்கப் பட்டன. அவற்றில் பெண்களுக்கு முன்னிடம் தரப்பட்டது. மேலும் உடல்நலம் பேணும் அமைப்புகளின் பயன்களைப் பெண்கள் பெறமுடியாதபடி இருந்த ஏற்றத்தாழ்வுகளை வெளிப்படுத்தி னோம். நிறுவனங்களில் வினையாற்றிய தந்தைவழிச் சமூகக் கருத்தியல்களைச் சோதனைக்கு உட்படுத்தினோம். இந்த முன் முயற்சிகளால் குடிமைச் சமூகத்தின் நுண் – அரசியலைப் பற்றிய புரிதல் ஏற்பட்டது. இதனால் அடிமைப்படுத்துகிற செயல் உத்திகள் எவ்விதம் ஊடுருவியிருந்தன என்பது புலனாகியது.

*1980*களின் இறுதி முதல் *1990*களின் தொடக்கம் வரையுள்ள ஆண்டுகள் மண்டல்/மந்திர்/நிதி – வங்கி ஆண்டுகளாகும். இந்த ஆண்டுகளில் புதுவிதமான அரசியல் பிரச்சினைகள் முன்னுக்கு வந்தன[1]. இதனால் புதிய அணிசேர்க்கைகளை ஏற்படுத்திப் புதிய அரசியல் வடிவங்களை விரிவாக்கத் தொடங்கி யுள்ளோம். சாதி, சமயச் சார்பு/மதச் சமூகம் *(community)* ஆகியவற்றின் பிரச்சினைகளோடும், பொருளாதாரத்தை 'தாராளமயமாக்காலால்' உண்டான புதிய சிக்கல்களோடும் ஈடுபடுத்த வேண்டிய தேவை உருவாகியது. முன்னர் மேற்கொண்ட முன் முயற்சிகளுக்குள் பொதிந்திருந்த முரண்பாடுகள் இப்போது வெளிப்படையாகத் தெரிந்தன. எ.டு. ஷா பானு வழக்கின் பின்னணியில் இந்தியாவில் எல்லோருக்கும் ஒரே விதமான

குடிமைச் சட்டமுறை வேண்டும் எனப் பெண்ணியவாதிகள் குரல் கொடுத்தார்கள். அப்போது ஆக்ரோசமாக எழுந்த முஸ்லீம் – எதிர்ப்புக் கும்பலின் நிலைபாட்டிலிருந்த பெண்ணியவாதிகள் தங்களுடைய நிலைபாட்டை வேறுபடுத்திக் காட்டுவதில் இருந்த சிரமத்தை வெகுவிரைவில் உணர்ந்தார்கள். 'ஷாபானு' விவகாரம் இந்துத்துவாவின் பிரச்சாரக் கூச்சலாகியதால், இது குறித்துப் பெண்ணியவாதிகள் அடக்கிவாசிக்க வேண்டியதாயிற்று. இதேபோல, சுண்டூரு சம்பவத்தில் பாலியல் தொந்தரவை ஒரு நியாயமாகக் காட்டி உயர்சாதி ஆண்கள் தலித்துக்களைத் தண்டித்தார்கள். அண்மையில் ஹைதராபாத்தில் 'பெண்ணைக் கேலி செய்ததாக'க் குற்றஞ்சாட்டிக் கைதாகி, சித்தரவதைக்கு ஆளான ஒரு முஸ்லீம் மாணவனுக்கு ஆதரவு தெரிவித்து நடந்த எதிர்ப்பு ஆர்ப்பாட்டத்தில் கலந்துகொள்ளுவதற்கு இடதுசாரிப் பெண்கள் அமைப்புக்கள் ஊசலாடின. தேசிய குடும்பக் கட்டுப்பாடு திட்டங்களில் ஒன்றாக ஹார்மோன் சம்பந்தப்பட்ட மாத்திரைகளையும் ஊசி மருந்துகளையும் அறிமுகப்படுத்தியதை ஒட்டி எழுந்த விவாதங்கள் பெண்களின் சுதந்திரம், சுயநிர்ணயம், தெரிவுசெய்யும் உரிமை ஆகியவற்றிலுள்ள முரண்பாடுகளை வெளிப்படுத்தின. பண்பாட்டுப்பால் பற்றிய இந்த ஆய்வு சந்திக்கின்ற முரண்பாடுகள் வர்க்க ஆய்வு, சாதிய முன்முயற்சிகள், சனநாயகம், மதச்சார்பின்மை ஆகியவை இன்று சந்திக்கின்ற முரண்பாடுகளோடு அமைப்பு வகையான ஒற்றுமை கொண்டுள்ளதை நாங்கள் உணர்கிறோம். இந்தக் கட்டுரையில், ஆதிக்கமட்டத்தின் 'தன்னிலை'யின் *(Subject)* பண்பாட்டுப்பால், சாதி, வர்க்கம், மதச்சமூகம் ஆகியவற்றின் ஆக்கத்தோடு இந்த முரண்பாடுகள் கொண்டுள்ள உறவுபற்றிய ஆய்வு மேற்கொள்ளப்படுகிறது. வரலாற்று ரீதியில் இந்தக் குடிமகன் – தன்னிலை என்பது 'மனித நேயம்' என்ற கருத்தால் குறைத்து மதிப்பிடப்பட்டு அதுவே இயல்பானது என்று ஆக்கப்பட்டுள்ளது. அத்தகைய குடிமகன் – தன்னிலையை அரசியல் ரீதியில் 'நடுநிலையானது' என முன்மொழிகிறார்கள்.

II

வர்க்க ஆய்வுபோல, பண்பாட்டுப் பால் குறித்த ஆய்வு, மனிதநேயத் தன்னிலையும் இதனோடு சம்பந்தப்படுத்தப்பட்ட சமூக உலகங்களும் எவ்வாறு பூர்ஷ்வா, தந்தைவழிச் சமூக ஆளுகை ஆகியவற்றின் நலன்களைச் சாசனப்படுத்துகின்றன என்பதை வெளிப்படுத்தியுள்ளது. மனிதத் தன்னிலையைக் கட்டுகின்ற புதையுண்ட பிற பரிமாணங்களை (சாதி அல்லது மதச்சமூகம்) மார்க்சியமும், பெண்ணிய அரசியலும் வரிசைப்படுத்தும் விதமும், அதற்காக அவை துணையாகக் கொள்ளும் மதச்சார்பின்மை –

சனநாயகம் ஆகியவற்றின் நியாயங்களைக் கையாளும் விதமும் ஒருபோதும் வெளிப்படையாக இருந்ததில்லை. எனவே, அந்தத் தன்னிலை அல்லது அதன் சமூக உலகங்கள் ஆகியவற்றில் உள்ளரங்கமாக உள்ள சாதி அல்லது மதச்சமூக ஏற்றத்தாழ்வுகளை விமர்சனபூர்வமாக எதிர்கொள்ள நம்மால் இயலவில்லை. நமது காலத்து அரசியல் தேவைகளைச் சந்திக்க மதச்சார்பின்மை, சனநாயகம் ஆகியன பற்றிய கருத்தாக்கங்களை முடுக்கிவிடுவது கடினம் என்பதையும் புரிந்துள்ளோம். இக்கட்டுரையில் ஆதிக்கத்தின் அரசியலைக் குறைத்து மதிப்பிடுவதோடு மட்டுமல்லாமல், 'பெண்ணியத்தின் தன்னிலை'யை ஒருங்கிணைந்த வடிவமாக ஆக்குகிற மனிதநேய நியாயங்களைப் பற்றிய ஒரு விமர்சனமும் ஆய்வும் மேற்கொள்ளப்படுகின்றன.

அரசியல் கோட்பாட்டில் காணப்படுகிற 'மனிதம்' (Human) பற்றிய பார்வையும், இதைவிடக் கூடுதல் முக்கியத்துவம் வாய்ந்த மனிதநேயப் பொதுப்புத்தியில் காணப்படுகிற 'மனிதம்' பற்றிய பார்வையும் பொருள் இகந்தது (கடந்தது) எனக் கூறப்படும் சிந்தனையிலிருந்து பிரித்தெடுக்க முடியாததாக இருக்கிறது. பொருள் இகந்த கருத்தால் சட்டம் இடப்பட்ட மனிதம் எனப்படுவது பண்பாட்டுப்பால் (Gender), வர்க்கம், சாதி அல்லது மதச்சமூகம் (Community) ஆகியவற்றின் அமைப்பாக்கங்களுக்கு வெளியே, இவற்றிற்கு முன்பே இருந்துகொண்டிருக்கின்ற ஓர் அடிப்படைபோலக் காட்சியளிக்கிறது. தாராளவாத அரசியல் கோட்பாட்டில் கூறியவாறு இந்த மனித மையம் ஒரு நபருக்குச் சட்டபூர்வமான நபர் என்ற நிலைக்கு உரிய அடிப்படையை வழங்குகின்றது. மனிதநேய மார்க்சியம் தாராளவாத தனிநபர் வாதத்தின் வர்க்க அரண் குறித்த ஒரு விமர்சனத்தை முன் வைக்கிறது. ஆனால் அவ்வகை மார்க்சியத்தின் அந்நியமாதல் எனும் கருத்தாக்கத்திலும், வரலாறு பற்றிய அறுதிக்காரணம் காணும் நோக்கத்திலும் கருத்தியலைப் பொய்யான ஓர்மை (பிரக்ஞை) என்று கூறுவதிலும் மனிதசாரம் என்ற தரப்படுத்தும் கருத்தொன்றைத் தக்கவைக்கின்றது. மனிதநேயப் பெண்ணியமும் கூட, பொதுவாகக் கருதப்படும் ஒரு மனித முழுமையிலிருந்து பெண்பால் அந்நியமாதல் பற்றிய எண்ணத்தில் நிலை பெற்றுள்ளது. குறிப்பிடத்தக்க அளவுக்கு வேறுபடுகிற அரசியல்/கோட்பாட்டு வகைகளிலும் கூட, சமூக மற்றும் வரலாற்றுக் குறிப்பிடலுக்கு அப்பால் உள்ள மனிதசாரம் (human essence) பற்றிய ஒரு கருத்து தொடர்ந்து 'பொதுப்புத்தி'யாக வினைபுரிகிறது. இந்தக் கோட்பாடுகளும், அவற்றிலிருந்து உண்டான அரசியல் – சட்டம் சார்ந்தவையும் எவற்றை அங்கீகரிக்க உரிமை பாராட்டு கின்றனவோ அவற்றையே உற்பத்தி செய்கின்றன. இதனைக் காண்பது கடினமில்லை. எ.டு: பிரத்தியேகமான ஒரு மனித

மையம் என்ற புனைவின் மீது *தனிநபரின் உரிமைகளை* நிலைநாட்டுவதன் வழியாக, சட்டம் அந்த மையத்தைப் படைகின்றது, அல்லது இன்னும் சரியாகச் சொன்னால் ஒரு மைய – விளைவைப் படைக்கின்றது. *அந்நியமாதல்* என்ற கருத்து தன்னை ஒரு மனித முழுமைக்கு எதிராக வைத்து அளக்கிறபோது மட்டுமே அது தனது சக்தியைப் பெறுகின்றது. வரலாற்றில் அறுதிக் காரணம் கற்பிக்கும் எடுத்துரைப்புக்கள் முழுமையான, அங்கீகரித்திடத்தக்க ஒரு மனித உலகில் மட்டுமே நிலைபெறுகின்றன.[2]

இவ்வாறு உணடான இந்த மனிதத் தன்னிலையோடு (*human subject*) 'உரிமைகள்' ஏற்றப்பட்டு, அதுவே குடிமகன் – தன்னிலை என்றும், அரசியல் தன்னிலை என்றும் பிம்பமாக்கப்பட்டது. இது 1. பண்பாட்டுப் பால், சாதி, மதச்சமூகம் (தொடக்கத்தில் வர்க்கமாகவும் இருந்தது) ஆகியவற்றைச் சமூக மட்டத்தில் மட்டும் தெளிவாகப் பேசியது. 2. இவற்றை ஒரு மனித சுயத்தின் தற்செயலான பண்புகள் எனக் குறிப்பிட்டது. 3. அரசியல் தன்னிலையின் கட்டமைப்பில் பங்காற்றிய வரலாற்று – சமூக – பண்பாட்டு அம்சங்களைப் புலனாகாதவாறு செய்தது. மனித – இந்திய தன்னிலையின் அமைப்பாக்கம் இரண்டு விதங்களில் நடந்தது. 1. செவ்வியல் பாங்கான மேற்கத்திய தாராளவாதத்தின் தன்னிலையோடு கொண்ட ஏற்றத்தாழ்வு, எதிர்ப்பு ஆகியவற்றின் ஓர் இயங்கியல் உறவுமுறையின் வழியாக நிகழ்ந்தது. 2. உயர்சாதி, நடுத்தரவர்க்கம், இந்து, ஆண்பால் என்று அதன் அமைப்பாக்கம் வழியாக நடந்தது. இந்த உருவாக்கமானது மனிதரைப்பிறராக ஆக்கும் வினைபாடுகள்/ வித்தியாசப்படுத்தும் முறைகள் ஆகியவற்றின் வழியாக நடைமுறைப்படுத்தப்பட்டது. எ.டு: தாழ்த்தப்பட்ட சாதியின் கட்டுக்கடங்காததனம், உயர்சாதி/ வர்க்கப் பெண்பாலின் கண்ணியத்தன்மைக்குப் 'பிறர்' ஆகக் கூறப்பட்டது. அல்லது முஸ்லீம் மதவெறித்தனம் இந்துச் சகிப்புத்தன்மைக்குப் 'பிறர் எனக் கூறப்பட்டது. அன்றாட வாழ்க்கையை ஆளுகிற நிறுவனங்களின் படிப்படியான, நெடிதுநின்று வினைபுரிகிற உருமாற்றத்தால் இந்த அமைப்பாக்கம் நடந்தது.[3] இந்த அமைப்பாக்கமானது வரிசையான மோதல்களின் ஊடாக விரிவாக்கப்பட்டு ஒன்று திரட்டப்பட்டது. இது வெளியில் புலனாகாதவாறு நடந்தது. இந்தக் குடிமகன் – சுயம், நவீனமான, மதச் சார்பில்லாத சனநாயகத் தன்மை கொண்ட ஒன்றாக வடிவமைக்கப்பட்டபோது அந்த அமைப்பாக்கம் வெளியில் புலப்படவில்லை.[4]

இக்கட்டுரையில் இடஒதுக்கீடு குறித்த மண்டல் கமிஷன் அறிக்கை தொடர்பான சில 'சம்பவங்களையும்', அல்லது இந்துஉரிமை எழுச்சி பற்றிய சில சம்பவங்களையும் ஆய்வது

நமது நோக்கமாகும். இதில் சமகாலப் பெண்ணிய ஆய்வு சில குறிப்பிட்ட தடைகளைச் சந்தித்துக்கொண்டிருக்கிறது. இத்தடைகள் ஒருபுறம், இடது மற்றும் வலதுசாரி அரசியலின் அடிப்படையாக இருந்து வருகின்ற மனிதநேயம் பற்றிய உடன்பாட்டில் ஓர் உடைப்பினைச் செய்வதாகவும், மற்றொருபுறம் புதிய அரசியல் அணிசேர்ப்புக்களுக்கும் முன்முயற்சிகளுக்கும் ஏற்ற சாத்தியப்பாடுகளுக்கான ஒரு திறப்பை உண்டாக்குவதாகவும் இருக்கின்றன. மேற்படி 'சம்பவங்கள்' சமகால நிலைமையை விவரணை செய்வதாகவும் தோன்றுகின்றன. இவற்றைப் பண்பாட்டுப் பாலின் குறிபெயர்களாகக் கொண்டு (metonyms, ஆகுபெயர், ஒன்றைக் குறித்து வரும் பெயர்) கொண்டு விசாரணை செய்யலாம். இதில் கலாச்சார அர்த்தங்கள் கேள்விக்கு உட்படுத்தப்பட்டு மறுவரிசைப்படுத்தப்படுகின்றன. இக்குறிபெயர்களில் ஒவ்வொன்றும் தனியான, குறிப்பிட்ட ஒரு வரலாற்றைக் கொண்டுள்ளது என்பது வெளிப்படை. ஆனால் இங்கே நமது குவிமையம் சமகாலங்குறித்தாகையால், இச்'சம்வங்களி'ன் தோற்றம் பற்றியதாகப் பெரிதும் இல்லை; நிகழ்காலத்தின் மீது படிந்துள்ள வரலாற்றின் முத்திரை பற்றியே அதிகம் கவனம் கொண்டுள்ளோம். கறாராகச் சொன்னால் நமது அணுகுமுறை, (வம்சாவழி) வரலாற்றுப் பாங்கானதாகும். (genealogical). நம்காலத்தில் அன்றாட வாழ்க்கையைக் கட்டமைத்து, அரசியல் முன்முயற்சிகளைப் பாதிக்கிற வரலாற்று முரண்களைப் புலப்படுத்த விரும்புகிறோம். இதுவரை புதையுண்டு கிடந்த மோதலின் முனைகளையும், சக்தியின் கோடுகளையும் காணக்கூடியதாக ஆக்கும் ஒரு விவாதத்தைத் தொடங்குவது நமது நோக்கம். மறுவரிசைப்படுத்தப்பட்ட இத்தளத்தில் போராட்டங்கள் சாத்தியமாவதற்குரிய கருவிகளைக் கட்டமைப்பது நமது நோக்கமாகும்.

III

முதலாவது குறிபெயர்: மண்டல்-சுண்டூரு. 1990களில் நிலவிய மேலாதிக்கக் கலாச்சாரத்தின் பண்பாட்டுப்பாலின் தெளிவான வெளிப்பாட்டைப் பற்றி இதில் ஆய்வுசெய்கிறோம். மண்டல், சுண்டூரு நிகழ்வுகளில் 'பெண்கள்' வித்தியாசமான விதங்களில் முன்னிறுத்தப்பட்டிருந்தார்கள். இங்கே 'பெண்கள்' ஓர் அர்த்தத்தில் பெண்ணிய தன்னிலைகளாக தங்களுடைய கருத்தில் பிடிவாதம் மிக்கவர்களாக, அடங்கிப்போக மறுப்பவர்களாக 'பெண்கள்' (சுண்டூரு) என்ற நிலையில் தங்களுக்கு இழைக்கப்பட்ட அநீதியை எதிர்த்துக் கலகம் புரிபவர்களாகப் போற்றப்பட்டார்கள், அல்லது குடிமக்களாக மதிக்கப்பட்டார்கள் (மண்டல் அறிக்கையை எதிர்த்த கிளர்ச்சி). பெண்ணியத் தன்னிலையின் புலப்படாத

அமைப்பாக்கம் குறித்த ஓர் ஆய்வின் வழியாக மனிதநேயத்தோடு அதற்குள்ள ஒப்புமைகளை வெளிப்படுத்தலாம் என்று நம்புகின்றோம். இந்த மனிதநேயம் வர்க்க, சாதி, மதச்சமூகம் ஆகியவற்றோடு நன்றாகப் பொருந்தியுள்ளது என்பதைக் கணக்கில் எடுத்துக் கொள்ளும்படி இருக்கிறது.

மண்டல்

இதன் பின்புலம் நமக்கு நன்கு பரிச்சயமானதுதான். அப்போதைய பிரதமர் வி.பி.சிங் 1990, ஆகஸ்டு 7ஆம் தேதி மண்டல் கமிஷன் பரிந்துரைகளை அமலாக்கும் அறிவிப்பை வெளியிட்டார். இதில், பொதுத்துறை, அரசுப் பணியிடங்கள் ஆகியவற்றில் பிற்படுத்தப்பட்ட சாதிகளுக்கு 27 சதவிகிதமும், அட்டவணை/ மலையினச்சாதிகளுக்கு 22.5 சதவிகிதமும் இடஒதுக்கீடு செய்யப்பட்டிருந்தது. இது முக்கியமாக வட இந்தியாவில் மாணவர் கலவரங்களை வெடிக்கச் செய்தது. ஹைதராபாத்திலும் இன்னும் சில தென்னிந்தியப் பகுதிகளிலும் வெடித்தது. வீதியைப் பெருக்குவது, 'பூட்ஷுக்கு பாலிஷ்' போடுவது முதல் தீக்குளித்து உயிர்விடுவது வரை எதிர்ப்பு வடிவங்கள் அமைந்தன. திறமைக்கு மதிப்பில்லை, தேசத்தை மீட்போம் – ஆகியவை முக்கிய கோசங்களாக இருந்தன.[5] எதிர்ப்புக் கிளர்ச்சிகளின் சம்பவங்களின் போக்கு நமக்கு நன்கு தெரிந்தததாகும். இந்த மண்டல எதிர்ப்புக் கிளர்ச்சியில் வடிவமைக்கப்பட்ட பெண்கள் பற்றிய பிம்பத்தைக் கவனப்படுத்த விரும்புகின்றோம். இதற்கு முன், ஊடகங்களில் இக்கிளர்ச்சி பற்றி எவ்வாறு பேசப்பட்டதென்பது குறித்துச் சுருங்க விவாதிக்கலாம்.

'இந்தியன் எக்ஸ்பிரஸ்' ஆசிரியர் அருண்ஷோரி தமது தலையங்கங்களில் உயர்சாதி இளைஞர்களைக் கிளர்ந்து எழுமாறு எழுதினார். மாணவர்களின் 'தீவிரமான இலட்சியம், ஆழமான ஆத்திரம்' பற்றி எழுதினார், ('இந்தியன் எக்ஸ்பிரஸ்', 29.8.1990). பிற்படுத்தப்பட்ட சாதிகளுக்கான இடஒதுக்கீட்டை 'தார்மீக மதிப்புக்களை அத்துமீறும்' ஒரு நடவடிக்கை என்றும், இது ஓர் அரசியல் நடவடிக்கை என்ற அளவில் 'சனநாயக அரசியலின் கட்டமைப்பை அழித்துவிடும்' என்றும் நாடறிந்த ஓர் அறிவுஜீவி எழுதினார். (வீணா தாஸ், 'ஸ்டேட்மன்', 3.8.1990), இவர் 'இளைஞர்களின் புதையுண்ட அவநம்பிக்கை'யைப் பற்றி எழுதினார். 'மக்களை', 'சொந்த நலன்களின் அடிப்படையில் அன்றி, கற்பனாவாதத்தால் (*Utopia*) இயங்கச் செய்யலாம் என்பதை அங்கீரிக்க மறுக்கும் அரசாங்கம் பற்றி எழுதினார். ஊடகங்கள் மொட்டையாகக் குறிப்பிட்ட 'மாணவர்கள்' 'இளைஞர்' 'மக்கள்' என்பவை உயர்சாதி அல்லது நடுத்தர வர்க்கத்தைச்

சேர்ந்தோரை மட்டுமே குறித்தன. நடுத்தர வர்க்கத்திற்கு இந்தியாவில் இடமில்லை என்று 'இண்டிபெண்டண்ட்' பத்திரிகை தலையங்கத்தில் துக்கம் கொண்டாடியது (4.10.1990). அதாவது இந்த நடுத்தரவர்க்கத்தினர் மட்டுமே ஒரு சனநாயகத்தில் சட்டபூர்வமாக அரசியல் குடிமக்கள்/பாத்திரங்கள் என்ற கருத்து எழுமாறு தலையங்கம் எழுதியது. மனித நேயத்தின் குடிமக்கள் மட்டுமே அறிவு ஒளியின் கற்பனாவாதத்திற்கு உரிமை கொண்டாடமுடியும்.

மண்டல் எதிர்ப்புச் சொல்லாடலின் நடுநாயகமான உருவமாக தேசம் இடம்பிடித்தது. ஜவகர்லால் நேருவின் பாரம்பரியத்திற்கு உரிமை பாராட்டிய மண்டல் எதிர்ப்பாளர்கள் (இட ஒதுக்கீடுகள் 'இரண்டாந்தரமான' ஒரு தேசத்தை உண்டாக்கும் என்று 1950களில் நேரு பேசியவை விரிவான சுற்றுக்கு விடப்பட்டன) தங்களை மதச்சார்பின்மை, சமத்துவம் ஆகியவற்றைத் தூக்கிப்பிடிக்கிறவர்களாக நினைத்தார்கள். சாதி, மதச்சமூகம், பண்பாட்டுப்பால் ஆகிய அடையாளங்களைக் கடந்து போவதன் வழியாக அல்லது அவற்றை மறுதலிப்பதன் மூலமாக சமத்துவத்தைச் சாதிக்கலாம் என்று அவர்கள் விவாதித்தார்கள். பண்பாட்டுப் பாலினைத் தாராளவாத மாதிரிகைக்குள் பொறித்துவிடப் பல்லாண்டுகளாகப் போராடி வந்த பெண்ணியவாதிகளுக்கு மண்டல் பிரச்சினை கடினமான ஒரு கேள்வியைச் சவாலாக முன்வைத்தது. ஆந்திரப் பிரதேசத்தில் பெண்களுக்காக அறிவிக்கப்பட்ட இட ஒதுக்கீட்டை எதிர்த்து நடுத்தர வர்க்கத்தைச் சேர்ந்த இளம்பெண்கள் பிரகடனம் செய்யத் தொடங்கினார்கள். பொதுப் போக்குவரத்தில் பெண்களுக்கு இருக்கைகளை ஒதுக்கும் கருத்தையும் எதிர்த்தார்கள். இடஒதுக்கீடுகள் (உதவித் தொகைகளைப் போல) சலுகை களாகும். இவை பெண்களை 'மென்மை'யாக்கிவிடும் என்று கூறினார்கள்; பெண்கள் சுதந்திரமாகவும் வலிமையாகவும் இருக்கத்தக்க ஆற்றலை இவை குறைத்துவிடும் என்றார்கள். மண்டல் எதிர்ப்புக் கிளர்ச்சியில் பெண்கள் பெரிதும் பாலியல் உயிரிகளாகத் தோற்றமளிக்கவில்லை; சுதந்திரமான சமத்துவமான குடிமக்களாகவும், கலவரம் செய்யும் ஆண்களுடைய கூட்டாளிகளாகவும் தோன்றினார்கள். ஆண்களோடு சேர்ந்து 'தங்களுடைய' உரிமைகள் அரிக்கப்படுவதற்கு எதிர்ப்புக் காட்டினார்கள்; ஏறத்தாழ ஒட்டுமொத்தமான ஊடகமும் உயர்சாதி மாணவர்களைப் பிரிவினையற்ற தேசியத்தோடு இணைத்துக்கொண்டாடியது. சரியான அறிவொளிவாதிகளான படியால் இந்த இளம் ஆண்களும் பெண்களும் மண்டல் எதிர்ப்பாளர்களாக உள்ளதாகப் பாராட்டியது. மண்டல்

ஆதரவுக் குழுக்களைப் புத்துயிர் பெற்ற சாதியத்தின் ஆதரவு சக்திகளாகக் குற்றஞ்சாட்டியது.

'இந்தியன்' என்பது மேற்கத்திய மனிதநேயத் தன்னிலையோடு சமமற்ற ஓர் இயங்கியல் உறவு கொண்டுள்ளதாக ஏற்கனவே வலியுறுத்தினோம். இந்திய சுதந்திரத்திற்குப் பிந்தைய இருபது ஆண்டுகளில் பின்னைக் காலனியத்தைச் சேர்ந்த 'இந்தியன்' பிரிட்டிஷ் சாம்ராஜ்ய யுகத்தில் இருந்ததைவிடக் கூடுதலான அறிவொளிசார்ந்த தாராளவாதத்திற்கு உரிமை கொண்டாடினான். அரசு திட்டமிடல் பற்றிய சோவியத் உதாரணத்தை ஒட்டி நேருவின் சோசலிசம் உருவானது. அதோடு அது, 'கலப்புப்' பொருளாதாரம் ஒன்றை ஏற்றுக்கொண்டது. அதனால் பொதுப்பணித்துறையில் ஏராளமான எண்ணிக்கையில் நடுத்தரவர்க்கத்தைச் சேர்ந்த உயர்தொழில் உத்தியோகஸ்தர்களைத் தக்கவைத்துக் கொண்டது. இரண்டாம் உலக நாடுகளின் (ஐரோப்பிய நாடுகள் –மொ–ர்) வீழ்ச்சிக்குப் பிறகு மேற்கிளம்பிய பன்னாட்டு ஒழுங்கில், இந்தியாவில் ஏற்பட்ட பொருளாதார 'தாராளவாதத்தின்' பின்னணியிலும், பொதுத்துறையில் ஏற்பட்ட படிப்படியான சிதைவின் பின்னணியிலும், நவ–தேசியவாத இந்தியத் தன்னிலை யானது தன்னைத்தானே சர்வதேசமயப்படுத்தும் செயலில் ஈடுபட்டாலும், அது தனது இந்தியத்தனத்தைப் பிரகடனஞ் செய்யத் தவறவில்லை. தற்போது அந்த 'இந்தியன்' புதிய உலக ஒழுங்கில் சமமான ஓரிடத்தைச் சாதித்துக் கொள்ளுகிற தனது வழியில் குறுக்கிடுகின்ற ஒவ்வொன்றையும் ஒதுக்கவிடத் துணிந்துவிட்டான். அதற்கான கடுமையான கோரிக்கையை முன்வைத்தான்.

நேரு காலத்தில் சாதியம், மத அடிப்படைவாதம் அல்லது நிலபிரபுத்துவம் ஆகியவை முன்னேற்றத்திற்குத் தடைகளாகப் பார்க்கப்பட்டன. இவற்றை வெல்லுவதற்கு உதவுவது அரசின் பாத்திரமாகக் கருதப்பட்டது. ஆனால் நிதி – வங்கி ஆண்டுகளில் (1980–1990) இத்'தீமைகள்' பொதுநலத் திட்டத்திலும் அரசகட்டுப்பாட்டிலுள்ள பொதுப்பணித் துறையிலும் வீற்றிருப்பதாகக் கற்பனை செய்தார்கள். பொதுப்பணித்துறையின் 'தோல்வியையும்', 'திறன் இன்மையையும்' இடஒதுக்கீட்டுக் கொள்கையின் விளைவுகளாக நோக்கினார்கள். திறனுடையதாக ஆகவேண்டுமானால் அதற்கு ஒரே வழி, இந்தியாவை உலகப் பொருளாதாரத்தோடு ஒருங்கிணைப்பதாகும். இதனை எட்டுவதற்கான வழிமுறை: இடஒதுக்கீட்டை ஒழித்துவிட்டு அவ்விடத்தில் தகுதி – திறமையின் ஆட்சியை ஏற்படுத்துவதாகும். ஆந்ரெ பெட்டல் (Andre Beteille) என்ற சமூகவியலாளர் இன்று யாரும் ஒரு சாதிய ஏறுவரிசையைக் காத்திட விரும்பவில்லை

என்று அண்மையில் விவாதித்துள்ளார்.[6] ஆனால் இதனைத் தொடர்ந்து ஒன்றைக் கூறாமல் விட்டுவிட்டார்; அதுவருமாறு: புதிய மதசார்பற்ற ஓர் ஏறுவரிசையும் திறமை மீது அமைந்த தகுதியின் ஆட்சியும் சாதியை மறு உருவமாக்கி, உருமாற்றி மீளவும் அதனை அணி சேர்க்கின்றன. மண்டல் எதிர்ப்புக் கிளர்ச்சியின் போது பா.ஜ.க. தலைவர் கே.ஆர். மல்கானி 'தி டெய்லி' பத்திரிக்கையில் பின்வருமாறு எழுதினார்;

'ஐபிஎம்' நிறுவனத்தின் துணைத்தலைவர், 'தங்களிடம் ஏராளமான இந்தியர்கள் பணிபுரிகிறார்கள், அவர்கள் பணியில் மிகவும் கெட்டிக்காரர்கள். இதனால் தங்கள் நிறுவனத்தினர் மேற்கொண்டு யாரையும் வேலைக்கு அமர்த்தக் கூடாதென முடிவு செய்துள்ளனர், ஏனென்றால், விட்டால் போதும் அவர்கள் ஐபிஎம் நிறுவனத்தையே கையகப்படுத்திவிடுவார்கள்! கல்வி கற்ற இந்திய பிராமணர்களைப் பாருங்கள்; அதன்பிறகு எங்களுடைய செல்வம், மூளைபலம் பற்றி உங்களுக்கு அபிப்பிராயம் ஏற்படும்' என்று விகடம் செய்தார் ('தி டெய்லி' 11–10–1990). மனிதனின் சுயத்தை உயர்வர்க்கம்/உயர்சாதி என்று குறிப்பிட்ட பிறகு, சாதிவர்க்கத்தைக் குறியிடுகிற செயல்பாடானது கட்புலனாகாமற்போகிறது. தேசத்தின் அடையாளமாக நிற்கும் மதசார்பற்ற வர்க்கமாகிய நடுத்தரவர்க்கம் இவ்வாறு சாதி முறையை மீள அணிவகுத்தல், புறந்தள்ளுதல் ஆகிய செயல்பாடுகளோடு இணைக்கப்பட்டது.[7] இவ்வாறு மதசார்பின்மையைப் பேசுவது நடுத்தரவர்க்க வட்டத்தி லிருந்து சாதியை அற்புறப்படுத்த உதவுகிறது. இதன் காரணமாக சாதி என்பது நடுத்தரவர்க்கத்திற்கு வெளியே இருப்பதாக, நடுத்தரவர்க்கத்தின் 'பிறர்' ஆகக் குறியிடப்படுகிறது. நடுத்தர வர்க்கத்தின் ஒருங்கிணைப்பிலும், சாதியைப் 'பிறர்' என்று ஆக்குவதிலும் 'பெண்கள்' ஒரு தீர்மானகரமான வகிபாகத்தை நிகழ்த்துகிறார்கள்.

ஊடகத்தால் மட்டுமே பெண்கள் கட்புலனாகும் படியாக இந்தக் கிளர்ச்சியின் போது முன்னிறுத்தப்படவில்லை. பிற்படுத்தப் பட்ட சாதிகளுக்கும் தலித்துக்களுக்கும் வழங்கப்பட்ட இட ஒதுக்கீடுகளை விலக்கிக்கொள்ளுமாறு நடந்த போராட்டத்தில் பெருந்திரளான எண்ணிக்கையில் பெண்கள் பங்குபெற்றார்கள். 'ஜதவ்பூர் பல்கலைக்கழக மகளிர் மிகவும் தீவிரமானவர்கள். அவர்கள் சாலை மறியலிலும், சட்டத்தை மீறுவதிலும் அக்கறை காட்டுகிறார்கள்' என்று ஃபிரீ பிரஸ் ஜேர்னல் கூறியது (15–10–1990). பல நகரங்களில் இதுவரை 'அரசியல் சார்பு அற்ற' மாணவிகள் உற்சாகத்தோடு கண்டன ஊர்வலங்களிலும், சாலை மறியல்களிலும் ஈடுபட்டார்கள். 'தகுதியின் சாவு'க்காக துக்கம் அனுசரித்தார்கள். தேசத்தைக் காப்பாற்றும் தேவை

பற்றித் தர்க்கம் செய்தார்கள். தங்கள் குழந்தைகளின் சார்பாக ஐ.ஏ.எஸ். அதிகாரிகளின் மனைவிகள் தலைநகரத்தில் ஊர்வலம் போனார்கள். தங்கள் குழந்தைகளக்கு தேசத்திலிருந்து கிடைக்க வேண்டிய நியாயமான பங்கு மறுக்கப்படுவதாகக் கூறி அதற்கு உரிமை கோரினார்கள். பெண்கள் போராடுதற்கு வீதிகளில் வந்த செயல் சுதந்திரப் போராட்டகால நாட்களை நினைகூரச் செய்தது. 'பெண்களை நடுத்தரவர்க்கத்தினராகவும், உயர்சாதியாராக வும் குறிப்பிட்டதற்கான ஒரு நீண்ட நெடிய வரலாற்றுப் பாரம்பரியமான தேசியவாதம், சமூக சீர்திருத்தம் ஆகியவை உருவான காலம்வரை செல்லுகிறது.[8] இவ்வாறு குறிப்பிட்ட 'பெண்களை' ஒழுக்கவியல் ரீதியில் தூய்மையானவர்களாகவும், ஊழலற்றவர்களாகவும் நோக்குகிறார்கள். இதனால் அவர்களுடைய எதிர்ப்பு பாரபட்சமற்றதாக ஆகிறது. ஏனென்றால் அவர்களுக்கு முறையான அரசியல் இயக்கத்தில் இடம் ஏதும் கிடையாது.[9] என்றாலும், தேசியத்தின் ஒரு சக்திவாய்ந்த இழையாகப் பெண்கள் கருதப்பட்டார்கள். தேசத்தைக் காக்கும் கடினமான பணி தங்களிடம் ஒப்படைக்கப்பட்டதாகக் கருதினார்கள். உண்மையி லேயே இந்தத் தேசம் எப்போதும் 'பெண்'ணாகக் கற்பனை செய்யப்படுகிறது. (பாரதமாதா, இந்தியத்தாய்).

பெண்கள் பொதுவாழ்வில் எழுந்துவந்து தேசத்திற்கும் குடிமக்கள் உரிமைக்கும் சொந்தம் பாராட்டிய செயலானது, தாழ்த்தப்பட்ட சாதிகளை ஆண்மை மயமாக்குவதில் சென்று முடிந்தது. நன்கு பரிச்சயமான ஒரு பெண்ணிய நூலின் தலைப்பை மாற்றிச் சொல்லுவதானால், மண்டல் – சுண்டூரு நிகழ்வில் பெண்கள் எல்லாரும் உயர்சாதியைச் சேர்ந்தவர்கள் (இது உணர்த்துவது; நடுத்தர வர்க்கத்தைச் சேர்ந்த ஆண்கள்); தாழ்த்தப்பட்ட சாதிகளைச் சேர்ந்தவர்கள் எல்லாரும் ஆண்கள் எனலாம். மண்டல் எதிர்ப்புக் கிளர்ச்சியில் 'பெண்கள்' பண்பாட்டுப்பால் உயிரிகளாக இன்றி, குடிமக்கள் என்றே இடம் பெற்றார்கள். ஆனால் அந்தப் பெண்களின் ஊட்டமான முகங்கள், நவநாகரிக உடல்கள் பற்றி ஊடகத்தில் வந்த காட்சிகள், தாழ்த்தப்பட்ட சாதிகளைப் 'பிறர்' என்று கட்புலன்ரீதியாக உருவமைத்தன. மண்டல எதிர்ப்புப் பெண்களின் புகைப்படங்கள் சாதியை (தாழ்த்தப்பட்ட சாதி என்று வாசிக்கவும்) 'பெண்களுக்கு' எதிராக நிறுத்தின; உறுதியான மனிதநேயப் பெண்ணியத் தன்னிலைக்கு எதிராக நிறுத்தின. சங்கரியும் வைத்யாவும் தர்க்கித்தது போல, 'பண்பாட்டுப்பால், பெண்பால், பாலியல் தன்மை ஆகியவை பற்றிய விவரிப்பும் மேலாளுகையும் சமூக சமத்துவமின்மையைத் தொடர்ந்து பேணுவதிலும் மறு உற்பத்தி செய்வதிலும் ஈடுபட்டன.'[10] மண்டல் எதிர்ப்பு மாணவி ஒருத்தி பேட்டியொன்றில் குறிப்பிட்டதுபோலப் பாலியல் தன்மை ஒரு

புதைபட்ட விசயமாகவே இருந்தது. கண்டன ஊர்வலத்தில் அந்த மாணவி ஏந்திய தட்டியில் 'உத்தியோகம் பார்க்கும் கணவர்கள் எங்களுக்கு வேண்டும்' என்ற வாசகம் எழுதப்பட்டிருந்தது. இதுபற்றி அப்பெண்ணிடம் கேட்டபோது, தங்கள் ஆண்களுக்கு இடஒதுக்கீட்டால் வேலைகிடைக்காமல் போய்விடும் என்று சொன்னாள். அப்படியானல் 'பிற்படுத்தப்பட்ட' பையன்களை ஏன் அவர்கள் திருமணம் செய்யக்கூடாது?' 'அது எப்படி முடியும்?' என்று அவளது குரல் கம்மியது (ஜோதி மல்ஹோத்ரா, *'The Independent' 26–8–1990*). மண்டல் எதிர்ப்புப் பெண்கள் தற்போது பெண்களாக இன்றி 'குடிமக்கள்' என்ற நிலையில் இழப்பிற்கும் அநீதிக்கும் ஆளாக்கப்பட்டவர்கள் என்று உரிமைகோரக் கற்றுக் கொண்டார்கள். ஏனெனில் பண்பாட்டுப்பால் என்ற நிலையில் உரிமை கேட்டால் நடுத்தரவர்க்கத்து ஆண்களுக்கு எதிராக அவர்களைக் கொண்டுவந்து நிறுத்திவிடும். சகோதரி நிலையை விடுத்துக் குடிமை உரிமைக்கு அவர்கள் உரிமை கோரியது இப்போது ஆண்களுக்கு எதிராக மட்டுமின்றி, தாழ்த்தப்பட்ட சாதி/ வர்க்கப் பெண்களுக்கும் எதிராக நிறுத்தியது.

சுண்டூரு

பெண்கள் சகோதரி நிலைக்கு உரிமை கோரியது சுண்டூரு சம்பவத்தில் மேலே சொன்ன அதே விளைவை ஏற்படுத்தியது ஆச்சரியம்தான்! இச்சம்பவத்தின் சுருக்கமான பின்னணி:

குறைந்தது இரண்டு அல்லது மூன்றாண்டுகளாகப் பரவிய தொடர்ச்சியான வன்முறை மோதல்களின் விளைவாக ஆந்திரப்பிரதேச கடற்கரை ஊரான சுண்டூருவில் 6–8–1991இல் சாதி ரெட்டிகளால் பதிமூன்று தலித்துக்கள் கொலை செய்யப் பட்டார்கள். இந்த 'சம்பவத்திற்கு'க் காரணமாக, சினிமா கொட்டகையில் உயர்சாதிக்காரர்களுக்காக ஒதுக்கப்பட்ட இடத்தில் பட்டதாரியான ஓர் இளம் தலித் அத்துமீறி அமர்ந்ததைக் குறிப்பிட்டார்கள். அந்த இளைஞனை உயர்சாதியார்கள் அடித்து வலுக்கட்டாயமாகக் குடிக்கவைத்து சுண்டூரு காவல் நிலையத்திற்கு இழுத்துச் சென்று 'குடிபோதையில் உயர்சாதிப் பெண்களைச் சீண்டியதாகக் குற்றம் சாட்டினார்கள்'.[11]

ஆகஸ்ட் 6இல் நடந்த படுகொலைகளுக்குப் பிறகு, துக்கம் அனுசரித்த தலித்துக்கள் ஓர் இறுதி ஊர்வலத்திற்கு ஏற்பாடு செய்தார்கள். அந்த ஊர்வலத்தின்போது கொஞ்சம் வைக்கோல் போரும், ஓலைக்குடிசைக் கூரைகளும் தீயிடப்பட்டன. கைதாவதைத் தவிர்ப்பதற்காகப் பெரும்பாலான ரெட்டிச்சாதி ஆண்கள் சுண்டூரு கிராமத்தை விட்டு வெளியேறி விட்டார்கள். கிராமத்தில் தங்கியிருந்த உயர்சாதிப் பெண்கள் தங்களைத்

தலித்துக்கள் சீண்டுவதாக சப்தமாக முறையிட்டார்கள். நீண்டகாலமாக இந்தத் தொல்லைகள் நடப்பதாகக் கூறினார்கள். தலித்துக்கள் தங்களை மரங்களில் கட்டிப்போட்டு தங்கள் மீது மண்ணெண்ணெய் ஊற்றியதாகவும் காவல்துறையினர் வந்ததால் தாங்கள் உயிர் தப்பியதாகவும் புகார் கூறினார்கள். அதற்குப்பிறகு உடனே அந்தப் பகுதியைச் சேர்ந்த ரெட்டிகள், கம்மாளர் பிராமணர் கபூ ராஜு, வைஷ்யர் சாதியார்களோடு சேர்ந்து 'சர்வஜனனயுதய பொரட சமிதி' என்ற அமைப்பை ஏற்படுத்தி தலித்துக்களின் 'ஒடுக்குமுறை'யை எதிர்த்து ஊர்வலங்களையும், தர்ணாக்களையும், சாலைமறியல்களையும் நடத்தினார்கள்.[12] தலித் ஆண்களால் தாங்கள் சீண்டப்பட்டுவருவதாக உயர்சாதிப் பெண்கள் வலியுறுத்திப் பேசினார்கள். சுண்டூரு படுகொலைச் சம்பவத்திற்குப் பிறகு பெண்களை இவ்வாறு கேலி செய்வதும் தாக்குவதும் அதிகரித்துவருவதாக குற்றச்சாட்டுக்கள் பெருகின. ஆகஸ்ட் 13இல், தெனாலி அருகிலுள்ள கொல்லிபார கிராமத்தில் பள்ளிச் சிறுமியைக் கேலி செய்ததாக ஒரு தலித் பையனை உயர்சாதிப் பையன்கள் அடித்தார்கள். அம்மாதத்தின் தொடக்கத்தில் 'மூன்று சிறுமிகளை' கேலி செய்ததாகக் கூறி ஒரு தலித் மாணவன் கத்தியால் குத்தப்பட்டான். முந்தைய சினிமா கொட்டகைக் கதை, கொட்டகையில் ஓர் உயர்சாதி சிறுமி அமர்ந்திருந்த இருக்கையின் மீது ஓர் அரிசன இளைஞன் தன் கால்களைப் போட்டதாகப் பதிவு செய்யப்பட்டது. ('Statesman', 9–8–1991). ஆகஸ்ட் 6ஆம் தேதிக்குச் சற்று முன்னர், சுண்டூரு கதை பின்வருமாறு பதிவாகியது:

வயலில் நாற்று நடுவதற்கு தலித்துக்களை அமர்த்தாமல் அந்த வேலையை நிலக்கிழார்களுடைய குடும்பத்தைச் சேர்ந்த பெண்களே மேற்கொண்டார்கள். இதனால் ஆத்திரமடைந்த தலித் ஆண்கள் ஒருநாள், அந்த மேற்சாதிப் பெண்களிடம் சண்டை பிடித்து அவர்களுடைய ஆடைகளை உருவி நிர்வாணமாக்கி நட்ட நாற்றுக்களைப் பிடுங்கி மீண்டும் நடுமாறு அவர்களைக் கட்டாயப்படுத்தியதாகக் கதை கட்டப்பட்டது. ஆத்திரமடைந்த உயர்சாதிப் பெண்கள், முதல்வர் ஜனார்த்தன ரெட்டியின் பாதுகாவலர்களைத் தாக்கினார்கள். முன்னாள் முதல்வர் என்.டி. ராமாராவின் காவலர்களைத் தாக்கினார்கள். தலித்துக்களிடமிருந்து தங்களுக்குப் பாதுகாப்பு வழங்காத அரசைக் குற்றஞ் சாட்டிப் பழி கூறினார்கள்.

தலித்பெண்களைப் பல்லாண்டு காலமாக உயர்சாதி ஆண்கள் பாலியல் ரீதியில் தகாத உறவுக்கு உட்படுத்தி வந்ததற்கு 'வழக்கத்தின்' ஒப்புதலைக் காரணமாகக் காட்டியதாகத் தெரிகிறது. ஆனால் உயர்சாதிப் பெண்களை தலித் ஆண்கள் கேலி

செய்ததாகக் குற்றம் சுமத்தியது, பயங்கரமான விளைவுகளையும், தடைகளையும்/கொலைத் தண்டனைகளையும் கிளப்பிவிட்டது. சுண்டூரு நிகழ்ச்சிகள் நகர்ப்புற மகளிர் குழுக்களை – குறிப்பாக மண்டல் எதிர்ப்புக் கிளர்ச்சியில் பங்குபெற மறுத்த பெண்ணியவாதிகளின் கவனத்தை ஈர்த்தது. இவர்கள் தலித் அமைப்புக்களோடு பலவீனமானதொரு கூட்டினை ஏற்படுத்த முயன்று வந்தார்கள். இந்தப் பிரச்சினையில் முக்கிய குற்றமாகக் கூறப்படுவது பண்பாட்டுப்பால் குறித்த பிரச்சினையாகும். (உயர்சாதிப் பெண்களை) பாலியல் தொல்லைக்கு உட்படுத்தியதாகக் கூறப்பட்டது, பெண்ணியவாதிகளுக்கு ஆழ்ந்த சிக்கலை ஏற்படுத்தியது. இதற்கு எதிராக தலித் பெண்களைப் பாலியல் தொல்லைக்கு உட்படுத்திய உயர்சாதி 'வழக்கத்தை' முன்நிறுத்துவது அதே அளவுக்குப் பிரச்சினையாக இருந்தது.

நடுத்தரவர்க்கப் பெண்களை உருவாக்குவதில் சாதி ஏற்றிருந்த முக்கிய பாத்திரத்தைக் கவனப்படுத்துகிற போதுதான், இப்பிரச்சினையைப் பெண்ணியவாதிகளால் சரியாகத் தீர்க்க முடியும். 19ஆம் நூற்றாண்டில் வைஷ்ணவ தொழில்முறைக் கலைஞர்களுக்கு எதிராக நடந்த 'பத்ரலோக்' இயக்கத்திலும், பின்னர் மதராஸ் மாகாணத்தில் சதிராட்டத்திற்கு எதிராக மேற்கொண்ட முன் முயற்சிகளிலும், நடுத்தரவர்க்கத்துப் பெண்ணின் கற்பும் தூய்மையும் தாழ்த்தப்பட்ட சாதி/வர்க்கப் பெண்ணின் முறைமீறிய தன்மைக்கு முரணாக மேற்கிளம்பின. இந்த தருக்கம் ரமீஸாபீ, பிரதி ஆகிய பெண்களைப் பாலியல் பலாத்காரம் பண்ணியதை நியாயப்படுத்துவதாகத் தொடர்கிறது: பாலியல் பலாத்காரத்திற்கு உள்ளாகிக் கதறுகிற பெண்கள் 'விபசாரிகள்', எனவே பாலியல் தொல்லை பற்றி முறையிட அவர்கட்கு உரிமை கிடையாது[13]. ஒரு பெண் தனது உடல்மீது கொண்ட உரிமையும் தனது பாலியல் தன்மைமீது கொண்ட கட்டுப்பாடும் அவளது கற்போடு குவிமையப்பட்டுள்ளன. இதன்படி நடுத்தர வர்க்கப்பெண் மட்டுமே தூய்மைக்கு உரிமை கொண்டவளாகச் சித்திரமாகிறாள். இந்தச் சமுதாயத்தில் பெண் என்ற பெயருக்கு உரியவளாக 'அவள்' மட்டுமே கருதப்படுகிறாள். மீண்டும், மண்டல் எதிர்ப்புக் கிளர்ச்சியில் தாழ்த்தப்பட்ட சாதிகளின் ஆண்மைமயமாதலைக் காணலாம். ஆண்பால் என்பது தலித்துக்கள் மட்டுமே; உயர்சாதி என்பது பெண்கள் மட்டுமே. 'பெண்' என்ற கருத்துவகை பெண்ணியத்தின் புலம் மட்டுமாகவும் இன்றி, பெண்பால் தன்னிலையாகவும் உள்ளது. இவை இந்தப் பின்னணியில் தலித் பெண்ணை மூடிமறைத்து தாழ்த்தப்பட்ட சாதியைக் கொன்றுண்ணி ஆண்பால் எனக் குறியிட்டபடி மேற்கிளம்புகிறது. இந்தத் தாழ்த்தப்பட்ட

சாதிக்கொன்றுண்ணி ஆண்பால், 'பெண்ணிய' கோபத்தின் சரியான குறி இலக்காக ஆகிறது.

IV

நீண்டகாலம் வினைபுரிகிற ஹார்மோன்களை உடலில் செலுத்துவது, ஊசிகள் போடுவது, கருக்கலைப்பு மாத்திரைகளை பாவிப்பது மற்றும் ஆர்.யு. 486 மருந்துகளை எடுப்பது ஆகியவை மக்கள்தொகையைக் கட்டுப்படுத்துகின்ற குடும்பநலத் திட்டத்தில் இடம்பெறுகின்றன. இது, சுதந்திரம், சுயதேர்வு சுய–நிர்ணயம் ஆகியவற்றை முன்வைக்கும் பெண்ணியக் கோரிக்கைகளினுள் பொதிந்துள்ள முரண்பாடுகளைக் கண்டறிகிற நமது விருப்பத்தின் குறிபெயராக இருக்கின்றது. மகளிர் குழுக்களும் உடல்நலம் பற்றி இந்தியா மேற்கொண்ட நடவடிக்கைகளும் இத்தகைய கருத்தடை மருந்துகளைப் பல அடிப்படைகளில் எதிர்த்து வந்துள்ளன. ஆபத்தான பக்க விளைவுகளைப்பற்றி விமர்சித் துள்ளன. (பாதிக்கப்பட்ட மாதவிடாய், கடும் மன அழுத்தம், இரத்தக் குழாயில் அடைப்பு ஏற்படும் அபாயம், நரம்புத்தளர்ச்சி, வாந்தி, மயக்கம் முதலியன). முரண்பட்ட அறிகுறிகளைப் பற்றி எடுத்துக் கூறியுள்ளன. (இம்மருந்துகளை, நீண்டகால ஈரல் அல்லது இருதயப்பிரச்சினை, சர்க்கரை நோய், இரத்தம் உறைதலில் கோளாறுகள், புற்றுநோய், கடுந்தலைவலி – குடைச்சல், அண்மையில் கருச்சிதைவு, தாறுமாறான சுழற்சி, புகைபிடிக்கும் பழக்கம் ஆகியவற்றை உடைய பெண்கள் தவிர்க்க வேண்டும்). இத்தகைய கருத்தடைத் தொழில் நுட்பங்களை அமலாக்குவதற்கு முழுமையான வசதி பெற்ற சுகாதார– பராமரிப்புமுறைகள் தேவை என்று எடுத்துக்காட்டியுள்ளன. இத்தகைய கருத்தடைச் சாதனங்களையும் மருந்துகளையும் ஹார்மோன்களையும் எடுத்துக்கொள்ளத் தகுந்தவர்களைச் சலித்து அறிவதற்கும், சாதனங்களை உள்ளே செருக, அவற்றை அப்புறப்படுத்த, பயனாளியின் உடல் நலனைத் தொடர்ந்து கண்காணிக்கவும் போதிய மருத்துவ வசதிகள் இந்தியாவில் தற்போது இல்லை. மக்கள் உடல்நல வசதிகளைக் கவனிக்கும் நிறுவனங்கள், இந்தியாவில் நன்கு வளர்ச்சிபெறாத அல்லது தரக்கட்டுப்பாடில்லாத மருந்துகளைப் பெண்களுக்குக் கொடுப்பதிலுள்ள ஆபத்தைப் பற்றி எச்சரிக்கின்றன. இத்தகைய கருத்தடை மருந்துக்களைப் பாவிக்கிற இந்தியப் பெண்களுக்கும், 'சராசரி' மேற்கத்திய பெண்ணுக்கும் இடையிலுள்ள எடை, உணவு முதலியவற்றிலுள்ள வித்தியாசங்களைக் கணக்கில் எடுத்துக் கொள்ளுகிற தொற்றுநோய் குறித்த ஆய்வும், உயிர் வேதியல் ஆய்வுகளும் நடத்தப்படுவதற்கு முன், இந்தியாவில் ஹார்மோன் வகைக் கருத்தடைகளை அறிமுகப்படுத்தக் கூடாதென்று மகளிர்

குழுக்களும், உடல்நலம் குறித்த அரசின் நடவடிக்கைகளும் விவாதிக்கின்றன.[14] கருத்தடைச் சாதனங்களைப் பாவிக்கின்ற பெண்கள் இந்தியாவில் பெரிதும் நகர்ப்புற நடுத்தரவர்க்கப் பெண்களே. பெரும்பான்மையாக உள்ள மற்றச்சாமானிய பெண்கள் இவற்றை பாவிக்காத போது, நார்பிளாண்ட், நெட் – ஓன் (Net- Oen), ஆர்.யு. 486 முதலிய கருத்தடை மருந்துகளின் முழுமையான திறனை அளந்தறிய இயலாது.

இத்தகைய கருத்தடைச் சாதனங்களைப் பற்றிய ஆராய்ச்சிக்கு உதவித் தொகை புரிந்து, இவற்றின் பயன்பாட்டை ஊக்குவிக்கிற, 'திட்டமிட்ட பெற்றோர் நிலை', 'மக்கள் தொகை ஆலோசகம்' முதலிய சர்வதேச அமைப்புக்களும், இவற்றைத் தயாரிக்கிற பன்னாட்டுக் கூட்டவைகளும், இம்மருந்துகளை விற்பனை செய்யும்போது மகளிர் இயக்கத்தின் கோரிக்கைகளைத் தங்களது உதவிக்கு அழைக்கின்றன. பெண்களுடைய வாழ்க்கைகள், சுய – நிர்ணயத்திற்கும் தேர்வுக்கும் உரிய உரிமைகள், அந்தரங்கத்திற் குரிய உரிமைகள், சுய ஆதீனம், வலிமையுறுதல் ஆகியவை தற்போது, பன்னாட்டு மூலதனத்தின் செயல்திட்டத்தில் இடம்பிடித்துள்ளன. இதற்கும் மேலாக அமெரிக்காவில் 'பெண்ணியப் பெரும்பான்மை' போன்ற வல்லமை வாய்ந்த பெண்ணியக் குழுக்கள் மேலே கூறிய கோரிக்கைகளுக்குச் சம்மதம் தெரிவிக்கின்றன.

நார்பிளாண்ட் கருத்தடை மருந்துக்கு எதிர்ப்புத் தெரிவிக்கும் இந்திய மகளிர் குழுக்களின் முயற்சிகளை முறியடிப்பதற் காக வாஷிங்டனை மையமாகக் கொண்டு செயல்படுகிற மக்கள்தொகை நிறுவனத்தின் தலைவர் வெர்னர் ஃபோரஸ் பெரிய அளவில் விளம்பரப்படுத்திய அறிக்கை ஒன்றை பம்பாயில் வெளியிட்டதை நினைவுகூர வேண்டும். மூன்றாம் உலக நாடுகளில் மக்கள்தொகைத் திட்டமிடலில் உள்ள மூலாதாரப் பற்றாக்குறையை ஒரு முக்கிய காரணமாக ஃபோரஸ் சுட்டிக் காட்டினார். அப்போது, அவர், இம்மாதிரி நாடுகளில் பெரும்பாலான பெண்களுக்குத் தங்களது கருவுறும் தன்மை மீது கட்டுப்பாடில்லை என்றும், 'தேர்வு' செய்கிற உரிமை அவர்களுக்குக் கிட்டவில்லை என்றும் மிகவும் கவலைப்படுவதுபோலத் தெரிகிறது. உலகெங்கிலும் முப்பதுகோடிப் பெண்கள் தங்களது கடைசிக் குழந்தையைப் பெற விரும்பியதில்லை என்று கூறியதாகக் குறிப்பிடுகிற ஒரு கணக்கெடுப்பைத் தமது அறிக்கையில் அவர் மேற்கோளிடுகிறார். 'பெண்கள் இன்று வேலையில் மூன்றில் இரண்டு பங்கு செய்கிறார்கள்; ஆனால் பத்தில் ஒரு பங்குப் பணம் மட்டுமே சம்பாதிக்கிறார்கள்; ஒரு சதவிகிதத்திற்கு குறைவாகச் சொத்துடைமை கொள்ளுகிறார்கள்.

எனவே பெண்கள் வலிமையுறுவது மிகவும் முக்கியமானது. 'ஏழைத் தம்பதிகளில் மிகவும் ஏழ்மையானவர்கள் தங்கள் தேர்வினைச் செய்வதற்கான ஆதாரங்களைக் கொண்டதொரு மக்கள்தொகைத் திட்டம் அவருடைய குறிகோளாகும்[15]. ஃபோரஸ், சாய் ஆகியவர்களும், இத்தகைய நிறுவனங்களைச் சேர்ந்த மற்றத் தலைவர்களும் நன்கு அமைக்கப்பட்ட ஒரு பிரச்சாரத்தை இந்தியாவில் நடத்த வந்ததற்கு முக்கியமான நோக்கம் இருந்தது. இந்திய அரசாங்கத்தை நார்பிளாண்ட் திட்டத்திற்குச் சம்மதிக்க வைப்பதே நோக்கம். இத்திட்டத்தைச் சில பெண்ணிய அமைப்புக்கள் நிறுத்தி வைக்கும்படி நீதிமன்றத்தில் வழக்குத் தொடுத்தன. நார்பிளாண்ட் திட்டத்தை ஆதரித்துப் பிரச்சாரம் செய்தவர்களுக்குப் பத்திரிகைகளில் முன்னுரிமை கொடுக்கப்பட்டது. விரிவடைந்து கொண்டிருக்கும் இந்தியாவில் (மக்கள் தொகைப் பெருக்கத்தால்) ஏற்படப்போகிற பயங்கரங் களைப் பற்றி பத்திரிகைகள் கட்டுரைகளை வெளியிட்டன. நார்பிளாண்ட் போன்ற அறிவியல் வளர்ச்சிகளை வரவேற்று எழுதின. இதனை எதிர்க்கும் பெண்களை 'கூச்சல் போடுபவர்கள்; தவறான பாதைக்குத் தள்ளப்பட்டவர்கள்', 'தவறாகப் புரிந்து கொண்டவர்கள்', 'பரிதாபத்திற்குரியவர்கள்', 'அரசியல் பண்ணுகிறவர்கள்', 'நாடு பேரழிவின் விளிம்பில்' இருக்கிறபோது முன்னேற்றத்தைத் தடுக்கிறவர்கள்', என்று பத்திரிகைகளில் எழுதினார்கள் (ராகுல் சிங், பாச்சி கர்காரியா, டரில் டி மான்டி, ரஷ்மி செகால்). இதேபோல், ஆர்.யு 486 என்ற கருக்கலைப்பு மாத்திரையை உருவாக்கியவரும், Roussel - uclaf என்னும் பன்னாட்டு நிறுவனத்தின் ஆலோசகரும், பிரதிநிதியுமான Etinne - Emile Baulieu என்ற விஞ்ஞானி, தமது மாத்திரையை 'பெண்களின் தார்மீகச் சொத்து' என்றும், மூன்றாம் உலகில் கிடைக்கக்கூடிய இந்தச் சொத்திற்கு உரிமை கொண்டாடுவது பெண்களின் கடமை என்றும் வருணித்தார். 'இந்த மாத்திரையை மறுப்பது, உலககெங்கும் ஆண்டுதோறும் கருச்சிதைவால் மடிகிற இரண்டு இலட்சம் பெண்களின் மரணதண்டனை ஆணையில் கையெழுத்திடுவதற்கு ஒப்பாகும்'.[16] 'திட்டமிட்ட பெற்றோர் நிலை' அமைப்பின் தலைவர் ஃபிரெட் சாய், இந்தியாவில் மேற்கொள்ளுகிற மக்கள் தொகையைக் கட்டுப்படுத்துகிற 'கருத்தடுப்புத் தேர்வுகளில்' உள்ள போதாமை கடுமையான பிரச்சனையை உண்டாக்குமென்று கருதுகிறார்.[17]

இக்கருத்தடைச் சாதனங்களைப் பற்றி ஆராய்ச்சி செய்து இவற்றை ஊக்கப்படுத்துவோர் குறித்த பெண்ணியப் பாராட்டு களை மேலும் ஒருங்குதிரட்டி, பழைமைவாதம் அல்லது மதம் என்பதால் கட்டுண்ட பின்னணிகளையுடைய பெண்களை

வலிமைபெறச் செய்வதற்கு உகந்ததாக முன்மொழிகிறார்கள். இவ்வாறு கருக்கலைப்பு மாத்திரைக்குரிய பிரச்சாரம், கருக்கலைப்பினைத் தாங்களே முன்முயன்று பெண்கள் தங்கள் கட்டுப்பாட்டிற்குள் வைக்க வேண்டுமென்று வற்புறுத் தியது. இதனைக் குடும்பத்திலுள்ள யாரிடமும் அவர்கள் சொல்லாமலே செய்யலாம் என்றது. சுருங்கச் சொன்னால், அது, சமூகபூர்வமான அல்லது சட்டபூர்வமான தடையைத் தொழில்நுட்பரீதியாகத் தாண்டிப் போக உத்திரவாதம் தருகிறது. 'ஒரு மாத்திரையை பாவிப்பதைவிட அந்தரங்கமான விசயம் வேறென்னவாக இருக்க முடியும்? விழுங்குவதை எப்படி ஓர் அரசு கட்டுப்படுத்தும்?[18]' அமெரிக்காவில் 'பெண்ணியப் பெரும்பான்மை' அமைப்பு கருக்கலைப்பிற்கு எதிரானவர்களை அறிவியலுக்கும் பெண்களுக்கும் வாய்த்த பொது எதிரிகளாகக் கூறியது. ஏனெனில், 'கருக்கலைப்பினை எதிர்ப்பவர்களை ஆர் யு 486 மாத்திரைகளின் உற்பத்தியையும் விநியோகத்தையும் தடுக்க அனுமதிப்பதால் பெண்களின் நலனும், ஆராய்ச்சிக்கான சுதந்திரமும் பலியிடப்படுகின்றன'[19]. நீண்டகாலமாகச் செயல்பாடுகிற கருத்தடைக்கருவிகள் அல்லது ஊசிமருந்துகள் கலவிக்குக் குந்தகமாக இல்லை என்றும், இதற்காகப் பெண்கள் முறையாக ஏதும் தொடர்ந்து கடைப்பிடிக்கத் தேவை இல்லை என்றும், இந்தியாவில் நார்பிளாண்ட், நெட் – ஓன் *(Net - oen)* கருத்தடை மருந்துகளைச் சிபாரிசு செய்கிறவர்கள் சொல்லுகிற தருக்கம் குறிப்பாக எழுதப்படிக்கத் தெரியாத, பின்தங்கிய ஒருமக்கள் தொகைக்குப் பொருத்தமாக உள்ளது. மேலும், இந்த மருந்துகள் இந்தியப் பெண்களுக்குச் சுதந்திரமாகத் தீர்மானம் எடுக்கிற வாய்ப்பை விசாலப்படுத்துவதாகவும், அவர்கள் கருத்தடுப்பு மருந்தினை எடுக்கிற தீர்மானத்திற்குத் தங்கள் கணவர்களின் ஒத்துழைப்போ அல்லது தங்கள் குடும்பங் களின் அனுமதியோ தேவைப்படாது என்றும் அவர்கள் சுட்டிக்காட்டுகிறார்கள். முற்போக்கானவர்கள், பெண் விஞ் ஞானிகளுக்குச் சார்பானவர்கள், கருத்தடைச் சாதனங்களை ஊக்குவிக்கின்றவர்கள் ஆகியோருக்கும், பழைமைவாதிகள், பெண்களுக்கு எதிராளிகள் ஆகியோருக்கும் இடையில் அவர்கள் மூட்டிவிடுகிற போருக்குத் துணையாகச் சொந்தத் தேர்வு, அந்தரங்கம் ஆகியவற்றைத் தூக்கிப்பிடிக்கிறார்கள். இவ்வாறு, நமது மக்கள் தொகைக் கட்டுப்பாடு கூறுகின்ற 'வரையறுக்கப்பட்ட விருப்பத் தேர்வுகள்' எல்லாவற்றையும், ஹார்மோன் சம்பந்தப்பட்ட கருத்தடைச் சாதனங்களைப் பற்றி ஆட்சேபங்களை எழுப்புகின்றப் பழைமைவாத இந்திய மருத்துவ மனப்பிடிமானத்தின் மீது சார்த்துகிறார்கள்' *('Times of Inida'. 1.11.1992).* முதன் முதலாகப் பெண்ணியவாதிகள்

சட்டரீதியாக நெட் – ஓன் (*Net-oen*) கருத்தடை மாத்திரைகளை நிறுத்திவைத்ததையும், பின்னர் மருந்துக் கட்டுப்பாட்டாளர்கள் மறுஆய்விற்குக் கோரியதையும் முறையே 'துரதிர்ஷ்டிவசமானது, அரசியல் படுத்தப்பட்டது' என்றும், '(*The Independent*', *22.10.1992*), 'கூச்சல் போடுவதற்காக வழிகாட்டப்பட்ட' ஒருசில குழுக்களின் கைவரிசை என்றும் ('*The week*', *16.11.1992*). இது உண்மையான முன்னேற்றத்திற்குத் தடையாக அமையும். ('*Times of India, 1.11.1992*) என்றும் நிந்தனை செய்தார்கள்.

இச்சொல்லாடல்களிலுள்ள விடுதலை பெற்ற, உரிமைகள் கொண்ட பெண்ணின் உருவம் பற்றிய பரிசீலனை அவசியமாகிறது. தேர்ந்த திட்டமிடலும், அறிவியல் ரீதியில் உருவாக்கப்பட்ட உற்பத்திகளும் விடுதலை, சுய–நிர்ணயம் (இவை நவீனத்துவத்திற்குள் பெண்களை ஊருட்டிவிடும்) ஆகியவற்றிற்கான பெண்களின் கோரிக்கைகளை நிறைவேற்ற முடியும் என்ற எண்ணத்தைக் கொண்டு கருத்தடைச் சாதனங்களின் பயன்பாடு நியாயப்படுத்தப்படுகிறது. ஆனால் இந்த நியாயப்பாடு தொழில்நுட்ப ரீதியில் சிக்கல் வாய்ந்த ஒன்றாகும். இதனால் பாலியல் அரசியலையும், பெண்கள் பண்பாட்டுப்பாலாக்கப்பட்டு அடிமைப்படுத்தப்பட்ட வலைப்பின்னலின் உறவுகளையும் கண்டுகொள்ளாமல் தாண்டிப் போக முடியும். தற்போது நிலவுகிற குடும்ப உறவுகளில் அல்லது சமுதாயத்தில் மாற்றங்களைச் செய்யாமலே பெண்களின் விடுதலையும் சுய நிர்ணயமும் வந்துவிடும் என்று அர்த்தமாகிறது. உதாரணமாக, கருக்கலைப்பு முயற்சியில் ஈடுபடுகிற பெரும்பாலான பெண்கள் தற்போது நிலவுகிற கருக்கலைப்பு முறைகள் பாதுகாப்பற்றவை என்பதால் சாவதில்லை, மாறாகக் கருக்கலைப்பு சட்டவிரோதமானது என்பதால் சாகிறார்கள். இக்காரியத்தை அவர்கள் வசதிகள் இல்லாத இடங்களில், போதிய பயிற்சியில்லாத நபர்களால் திருட்டுத்தனமாகச் செய்ய வேண்டிய காரணத்தால் சாகிறார்கள். கருக்கலைப்பு மாத்திரைகளை சிபாரிசு செய்கிறவர்களுடைய அறிக்கைகளில் இவ்விபரம் இடம்பெறுவதில்லை. கருக்கலைப்பு சட்டபூர்வமாக உள்ள இந்தியா போன்ற நாடுகளில் கூட இந்தப் பிரச்சினைகள் எழுகின்றன; ஏனெனில் கருக்கலைப்பைச் செய்ய மருத்துவர்களைப் பயிற்றுவிக்கிற 'தரப்படுத்தப்பட்ட' ஒரு மருத்துவக் கல்வி இங்கு இல்லை. கருக்கலைப்பு மாத்திரை நிலைமையை மாற்றாது. உண்மையில் தொழில்நுட்பம் என்ற அளவில் இத்தயை பிரச்சினைகளிலிருந்த தப்பித்துக் கொள்ளுமாறு அது வடிவமைக்கப்பட்டுள்ளது. இது, 1. தனிப்பட்ட பெண்ணின் மீது மொத்தப் பழுவையும் சுமத்துவதாகவும், 2. பெண்களின் உடல் நலனை ஆபத்தில் மாட்டிவிடுவதாகவும், 3. இது, 'புரிந்துகொள்ளத்தக்க', ஆபத்தான துணிச்சலாகவும்,

'தாங்கிக்கொள்ளத்தக்க' வலியாகவும் அல்லது வசதிக் குறைவாகவும் உள்ளதாகச் சமாதானம் கூறி இந்த அமைப்பின் மூடத்தனத்தைச் சரிசெய்வதாகச் சென்று முடிகிறது.

மூன்றாம் உலக நாடுகளில் மட்டுமின்றி, முதல் உலக நாடுகளிலும் கட்டுக்கடங்காத, அதிகாரத்தை எதிர்க்கின்ற மக்கள் தொகை மீது பாவிக்கப்படத்தக்க ஒரு மருந்தாக நார்பிளாண்ட் உருவாக்கப்பட்டது. இது பெண்ணைக் குறி இலக்காகக் கொண்டது; நீண்ட காலம் செயல்படுகிறது; எழுதப் படிக்கத் தெரிந்த அல்லது அறிவியற்புலமை வாய்ந்த உபயோகிப்பாளர் இதற்குத் தேவை இல்லை. இதனை உள்ளே செலுத்திய பிறகு உபயோகிப்பாளரின் ஒத்துழைப்பு அவசியமில்லை. பெண்ணின் கையை ஒருமுறை பார்த்த மாத்திரத்தில் அதிகாரிகளால் இதனை அறிய முடியும். பெண்களின் சொந்த விருப்புசார்ந்த தேர்வு பற்றிப் பெரும் முதலீடு செய்து பிரச்சாரம் செய்த போதிலும், கட்டுப்படுத்தக்கூடிய ஒரு கருவி என்ற அளவில் நார்பிளாண்ட்டின் உள்ளார்ந்த ஆற்றல் மிகத் தெளிவாக உணரப்பட்டுள்ளது. அமெரிக்காவில் இதனை உணவு மற்றும் மருந்து நிர்வாகம் அனுமதித்த ஒரு மாதத்திற்குள், குற்றவாளியாகத் தீர்ப்பிடப்பட்ட ஒரு பெண் கருக்கலைப்பு மருந்தை எடுக்கச் சம்மதித்தாலன்றி, நன்னடத்தைக்காக அவளை விடுதலை செய்யக்கூடாது என்று ஒரு நீதிபதி உத்தரவிட்டார். கருப்பர்களிடம் வளர்ந்துவரும் வறுமையைக் காரணம் காட்டி, ஆரோக்கியமான கருப்பினத் தாய்மார்கள் நார்பிளாண்ட் பாவிப்பதற்கு ஊக்கங்கள் வழங்கவேண்டுமென்று ஒரு செய்தி பத்திரிகை தலையங்கம் வரைந்தது. (*'Philadelphia Inquirer'*, 12.12.1990). மூன்றாம் உலக நாடுகளில் தற்போது மிகவும் கெடுபிடியான ஆட்சிகள் நிலவும் சிலி, இந்தோனேசியா, பிலிப்பைன்ஸ், சீனா ஆகிய நாடுகளின் மக்கள்தொகைக் கட்டுப்பாட்டுத் திட்டங்களின் விளம்பரங்களில் நார்பிளாண்ட் ஊக்குவிக்கப்படுகிறது. இதற்குப் போதிய சம்மதம் காட்டாத இந்திய அரசாங்கத்தை, 'அரசியல் அர்ப்பணிப்பு குறைந்தது' அல்லது நாடு 'பேராபத்தை நோக்கி விரைந்து கொண்டிருக்கும் போது சரியான முன்னேற்ற நடவடிக்கையைத் தடுக்கிறது, "காலத்தைக் கடத்துகிறது' என வருணிக்கிறார்கள். பெண்களுடைய சுதந்திரம், அமைப்பு, விருப்பத்தேர்வு – என்பது குடும்பம் இனவிருத்தி என்ற மூடிய, அந்தரங்கமான இடங்களுக்குள் மட்டுமே பேசப்படுகிறது. இவ்விடங்களை ஒருபோதும் மாறாதவை – பழைமைவாதமானவை, கண்மூடித்தனமான ஆதிக்கம் கொண்டவை எனக் கற்பனை செய்கிறார்கள். இந்த ஊகங்கள் கருத்தடைச் சாதனங்களின் உற்பத்தி, சந்தைப்படுத்துதல் ஆகியவற்றைக் குறைத்து மதிப்பிடுகின்றன. ஆனால் இவை சமூகரீதியில் ஒப்புதல் பெறப்பட்டு, விரிவுபடுத்தப்பட்டு

விளம்பரங்கள் வழியாகவும் நிறுவனரீதியான ஏற்பாடுகளாலும், மனப்பான்மைகளாலும் குடும்பநலத் திட்டத்தில் மறு உற்பத்தி செய்யப்படுகின்றன. இதோடுகூட நாட்டில் நிலவுகிற விரிந்த பரப்பிலான பாலியல் – குடும்ப உறவுகளும், ஒரு பெண்ணுக்குக் கிட்டக்கூடிய பலவகையான தன்னிலை–இடங்களும் ஒரே சீராக ஆக்கப்படுகின்றன. இவை பழமைவாதத்தனமாக, ஒருமுறையில் இயல்பானதாக ஆக்கப்படுகின்றன. உதாரணமாக, தாங்கள் கருவுறுகிற நிலைமைகள் பெண்களின் கட்டுப்பாட்டில் இல்லை என்றும், தம்பதிகளால் கருத்தடை பற்றி உரையாடவோ அல்லது விவாதிக்கவோ முடியாது என்றும், பாலுறவு கொள்ளுவதை மறுக்கப் பெண்ணுக்கு உரிமை கிடையாது என்றும், இந்தக் கருத்தடைச் சாதனங்கள் அனுமானம் செய்கின்றன. இன்னும் கூடுதலான சமத்துவ உறவுகளை மறுவலிமைப்படுத்தவோ அல்லது அதனை எதிர் நோக்கவோ அல்லது ஆண் மீது பொறுப்பினை வைக்கவோ எந்த முயற்சியும் செய்யப்படுகிற தில்லை. ஓர் ஆணாதிக்கவாதியாக இல்லாத ஒரு மனிதனைக் குடும்பக்கட்டுப்பாடு திட்டம் என்ற உலகில் ஒரு முரண்பாடு என்றே கூறவேண்டும். வித்தியாசமான, தனித்தனிப் பிரச்சினை களுடைய பெண்களுக்கு உரிய வழிகளைக் கண்டறிகிற இயல்பும் குணமும் தற்போது நிலவும் குடும்ப நலத்திட்டத்தில் இல்லை. இதைப் பற்றியாரும் கேட்பதில்லை. அவரவருடைய அந்தரங்கத்தின் அரசியலை விசாரிப்பதில்லை. வெவ்வேறு பெண்களின் தேவைகளுக்கு இடையிலுள்ள முரண்பாடுகளைப் பற்றியும், மக்கள் தொகைக் கட்டுப்பாட்டிற்கான தேச/ சர்வதேச திட்டநிரல்களைப் பற்றியும் வினாக்கள் கேட்கப்படுவதில்லை. பெண்களின் சுதந்திரம் அச்சுறுத்தக் கூடியதாகத் தோன்றத் தொடங்கியுள்ளது. தவறான கருத்துக்கள் எழுந்து வரும் நிலையில், இந்த விலைமிகுந்த, அபாயகரமான கருக்கலைப்பு மருந்துகளை நுகருவதற்குச் சுதந்திரம் உண்டு என்கிறது பெண்களின் சுதந்திரம். பெண்களின் ‘சம்மதம்’ எனப்படுவதை இது கேலிக் கூத்தாக்கு கிறது. பெண்ணியம் கூறும் சுதந்திரத்தை இவர்கள் தங்களது பிரச்சாரத்திற்குப் பயன்படுத்துகிறார்கள்.

சிக்கல் என்னவென்றால், பெண்ணடிமைத்தனத்தைக் கட்டியமைக்கிற பிரச்சினைகளின் மொத்தப் பரப்பும் பெண்களை அவர்களது வர்க்கம், சாதி, மதச்சமூகம் ஆகியவற்றிற்கு ஏற்றவாறு ஒடுக்கி பலதரப்பட்ட அடிமைத்தனங்களும் ‘பெண்’ என்பதில் இயற்கையானவையாக ஆக்கப்படுவதுதான். இப்படி ஆக்கப்பட்ட பெண்ணின் சுதந்திரமும், அந்தரங்கத்திற்கு உரிமையும் இறைஞ்சப் படுகின்றன. அவள் தேர்வு செய்தற்குரிய ‘உரிமை’யைத் தாங்குகிறவளாகிறாள். இதே இயக்கம்தான் தனிநபரின் உரிமைகளை மக்கள்தொகைக் கட்டுப்பாட்டின் நலன்களோடும் பன்னாட்டு

இலாபத்தோடும் பொருந்திப்போவதைச் சாத்தியமாக்குகின்றனது. திறமையான, நல்ல வசதிகளைக் கொண்ட ஒரு மருத்துவ ஏற்பாட்டில் வசதிகைளப் பெறும் நிலையில் உள்ள பெண்களுக்கு, ஹார்மோன் ஊசிகளும் மாத்திரைகளும் கருத்தடைக்கான தேர்வுகளாக விளங்கலாம். அதாவது, ஒரு பெண்ணுடைய சாதி, வர்க்க, மதச்சமூக நிலையானது, குடிமகள் – தன்னிலையோடு பொருந்திப் போகிறபோது, மேற்படி ஹார்மோன் வகைக் கருத்தடை மருந்துகளைச் சரியான 'தேர்வுகள்' ஆகக் கருதலாம். ஆனால், இதற்கு நேர்மாறாக, இம்மருந்துகள் இந்தப் பெண்ணுக்காக ஒருக்காலும் உருவாக்கப்படவில்லை. அவை, 'விரும்பத்தகாத' மக்கள்தொகைக் குழுக்களுக்காக – பல்கிப் பெருகிக் கொண்டிருக்கிற மூன்றாம் உலகநாடுகளில் உள்ள இலட்சக்கணக்கான மக்களுக்காக, முதலாம் உலக நாடுகளுக்குக் குடிபெயர்ந்துபோன வெள்ளையர் அல்லாதாருக்காக, குற்றவாளிகளுக்காகத் தயாரிக்கப்பட்டன. இவர்களுக்கு இணையான நமது தேசப் பின்னணியில் இருக்கிறவர்கள்; கிராமப்புறக் 'கும்பல்கள்', நகர்ப்புற ஏழைகள் இவர்களில் பெரும்பான்மையினர் தலித்துகளும் முஸ்லீம்களும் தான். மகளிர் நலன் பற்றிப் பெண்ணியவாதிகள் பயன்படுத்துகின்ற விவாதங்கள் இந்த அமைப்பில் உள்ள விரிசலில் வலுவாக ஆப்பு அடித்துள்ளன. 'தாராளமான உடலின் உரிமைகள்' என்பதற்கும் அப்பால் பிரச்சினைப்பாட்டினை எடுத்துச் செல்லவேண்டிய தேவை இருக்கிறது. அதற்கு சாதி, வர்க்கம், மதச் சமூகம் பற்றிய பிரச்சினைகளைப் பற்றிப் பேசியாக வேண்டும். ஆனால் அவற்றை இன்னும் தொடவே இல்லை. தனிநபர்கள் அல்லது குழுக்களாக உள்ள பெண்கள், அதிகரித்துவரும் இத்தகு முரண்பாடுகளின் சுமையைத் தாங்க வேண்டியுள்ளது. பெண்கள் தங்கள் குடிமை உரிமையைப் பெறுவதற்கும், நீடித்து நிற்பதற்கும் புதிய மூலாதரங்களைக் கண்டறிய மேற்படிப் பிரச்சினைகளைப் பேசியாக வேண்டும்.

V

இந்துத்துவ பெண்கள்:

வலதுசாரிப் பக்கம் உள்ள பெண்களும் பலவிதங்களில் தங்களைப் பெண்ணியவாதிகள் எனக் கருதும்படியான ஒரு வெளியை உண்டாக்கியுள்ளார்கள். 'ராஷ்டிரசேவிகா சமிதி' (இது ஆர்.எஸ்.எஸ்.ஸின் மகளிர் கிளை) பற்றிய ஆய்வு ஒன்றில் தனிகா சர்க்கார், சமிதியில் மட்டுமல்ல, பொதுவாக மதச்சமூக அரசியல் தளத்திலும் பெண்கள் 'செயலூக்கமான அரசியல் தன்னிலைகளாக இருக்கிறதாக எடுத்துக் காட்டப்பட்டுள்ளது.[20]

பா.ஜ. கட்சியிலுள்ள மகளிர் தலைவிகள் இறந்துபோன ஆண்பால் தலைவர்களுடைய மகள்களோ மனைவிகளோ அல்லது தாய்மார்களோ அல்லர். அவர்கள் தங்கள் செந்தத் திறமையால் தலைவிகளானவர்கள். அவர்கள் தங்களுக்கெனத் தனித்த அரசியல் வகிபாகங்களையும், அடையாளங்களையும் கவனமாக உருவாக்கிக் கொண்டதாகத் தெரிகிறது. பொதுவாழ்க்கையில் இடஒதுக்கீடு, முஸ்லீம்களை இணங்கச்செய்வது அல்லது அதிகாரவர்க்கத்தின் ஊழல் ஆகிய பிரச்சினைகளில் அதிக ஆர்வம் காட்டாதவர்களைப் போலத் தோன்றுகிற இப்பெண்கள் மிகவும் தீர்க்கமாகவும் உணரச்சிகரமாகவும் தங்களை ஈடுபடுத்துகிறார்கள். கலவரங்கள் தற்போது ஒரு புதிய வடிவத்தை அடைந்துள்ளன. குறிப்பாகப் பெண்கள் – சில வேளைகளில் நடுத்தர வர்க்கத்துப் பெண்களும்கூட 1989இல் பகல்பூர் கலவரத்திலும், 1992இல் சூரத் கலவரத்திலும் செயலூக்கமாகக் கலந்துகொண்டார்கள். 1992இல் நடந்த அயோத்தி கரசேவைக்கு வந்திருந்தவர்களில் குறிப்பிடத்தக்க எண்ணிக்கையில் பெண்கள் இருந்ததைச் செய்திப் புகைப்படங்களில் காண முடிந்தது. சாத்வி ரிதம்பரா, உமாபாரதி ஆகியோர் பாபர் மசூதியைத் தரைமட்டமாக்கிய கூட்டத்தை உற்சாகப்படுத்தியது பற்றிய அறிக்கைகளைப் பல பத்திரிகைகள் வெளியிட்டன.

இந்துத்துவாவின் பொதுப் போர்க்களங்களில் இவ்வாறு போராடுகிற தனிநபர் தோற்றத்தைவிட, அவளது நவீனத்துவத் தன்மையும், பெண்ணியமும் மிகுந்த கவலை அளிப்பதாக இருந்தன. இந்தப் புதிய இந்துப்பெண் எப்போதும் இந்திய சமுதாயத்தின் மிகப்பழைமைவாதக் குழுக்களைச் சேர்ந்தவளாகப் பெரிதும் இருக்கிறாள். அவற்றில் குறிப்பானவை: உயர்வர்க்கம். சாதி, நடுவரிசையிலுள்ள அரசாங்க சேவகம் அல்லது வர்த்தகம் புரிகிற பகுதிகள். ஆயினும் அவளை மிக எளிதான பொருளில் மரபானவள் என்று கருத இயலாது. இந்துத்துவா என்பதை அடிப்படைவாதி எனப் பொருள்கொள்ளுவதற்கும் அப்பாற்பட்டது.[21]

எதிர்பார்த்தபடி சுய–மரியாதை ஒரு முக்கியமான அடிக்கருத்தாக உள்ளது. ஆயினும் இதோடு இந்துச் சுய – மரியாதை என்ற கருத்து இணைக்கப்படுகிறது. ஒரு பெண்ணை அவளுடைய கணவன் முன்னால் குண்டர்கள் (முஸ்லீம்கள் அல்ல) பாலியல் வன்முறைப்படுத்தியதை நேரில் பார்த்த லக்ஷ்மிபாய் கெல்கார் சமிதியைத் தோற்றுவித்ததாக ஒரு கருத்துண்டு. இந்தக் கதையின்படி இந்து ஆண்கள் காமமும் பலவீனமும் மிக்கவர்கள் என்பதால் தங்கள் மனைவிகளைப் பாதுகாக்க முடியவில்லை; இதனால் இந்துப் பெண்கள் தங்களை தாங்களே பாதுகாக்கப்

பயிற்சி எடுக்கவேண்டியது அவசியமானது. (தனிகா சர்க்கார். 2061). உலகெங்கிலும் சர்வாதிகார அரசியலில் காணப்படுவது போல கட்டுப்பாடான ஒழுங்கு இந்த அமைப்பிலும் வலியுறுத்தப்பட்டது. தேவைப்பட்டால் வன்முறை மூலம் சமுதாயத்தை ஊழலிலிருந்து தூய்மைப்படுத்தும் செயல் முன்மொழியப்பட்டது. இந்திய சமுதாயம் உடனடியான விசயமாகத் தோன்றியதால் முஸ்லீம் இதன் பகைவன் என்ற விசயம் பார்வைக்கு வரத் தொடங்கியது. ஆர்.எஸ்.எஸ்/ விசுவ இந்து பரீசத்/ பா.ஜ.க. – ஆகியவற்றின் தாய்பூமி பற்றிய கற்பிதத்தில் திரும்பத் திரும்பப் பாலியல் வன்முறைக்கு ஆளான பெண்பால் உடலும், அதற்குக் காரணமான எதிரி பற்றிய தொன்மத்தில் முஸ்லீம் காமமும் முக்கிய பாத்திரங்களை வகித்தன. முஸ்லீம்களுக்கு 'பெண் என்பவள் தாய்பூமி அல்லள்; இந்த பூமி அனுபவிக்கத்தக்கது' என்றுபட்டது.[22] பலமான எதிரியின் வருகையால் தாய்பூமியைப் பாதுகாப்பதே சுய – மரியாதை என முன்வைத்த கருத்தானது, பெண்கள் அனுபவித்த வன்முறையையும், அதற்கு எதிராகப் போராட வேண்டிய தேவையையும் அதன் மூலமாகத் தங்கள் சமுதாயத்திற்குள்ளே மரியாதையை ஈட்டுவதையும் புலனாகாதவாறு செய்தது. இந்து ராஷ்டிரத்தில் நான்கு மனைவிகளை முஸ்லீம்கள் வைக்க அனுமதிக்க முடியாது என்ற கூற்று, கற்பிதமான இந்து ராஷ்டிரத்தில் பெண்களுக்குக் கிடைக்கப்போகும் மரியாதையைக் குறிப்பதாக அயோத்தி கரசேவகர்கள் கருதினார்கள் (தனிகா சர்க்கார் 2062). மண்டல் எதிர்ப்புக் கிளர்ச்சி போல, இந்துத்துவம் பெண்களுக்கும் ஆண்களுக்கும் தீர்க்கமான, போராடுகிற ஒரு தனிநபர் வாதத்தை ஏற்படுத்தியதுபோல தோன்றும். ஃபுக்கோ கூறிய பொருளில் இதன் அதிகாரமானது தொடர்ந்து பிறவற்றை உற்பத்தி செய்யக்கூடியதாக, அதன் தன்னிலைகளைப் பேசவும், செயல்படவும் தூண்டிவிடுவதாக, தற்சார்புள்ள குடிமகன் – தனிமனிதர்களாகுமாறு செய்வதாக இருக்கிறது. இந்துத்துவத்தை விளக்கிக் கூறுவதற்குத் தன்னம்பிக்கை பெற்றவர்கள் (நடுத்தரவர்க்க ஆண், பெண், மாணவர்கள்) கருத்தரங்குகளிலும் பொதுக்கூட்டங்களிலும் குறுக்கீடு செய்வது அதிகரித்துள்ளது. இந்தத் தன்னிலைகள் நம்பகமான இந்தியர்கள்; இவர்கள் பொதுவான ஒரு பண்பாட்டு மூலத்தைக் கண்டறிந்துள்ளார்கள். இதற்குள்ளே அவர்களது இயற்கையான – தேசிய – புலப்பாட்டுச் சுயங்கள் மேற்கிளம்பி, தொடர்ந்து அவற்றைப் பேண முடியும்.

இப்புதிய இந்துச்சுயம், பாரபட்சத்திற்கு எதிரானது, வலிமை வாய்ந்தது, அது 'நடுநிலை'யான ஒரு தளத்தில் உள்ளதாகவும், அது புதிய ஒரு தார்மீக அதிகாரத்திற்கு அடிப்படையை வழங்குகிறது என்றும் உறுதியாக நம்புகிறது. இந்துத்துவத்தை

உள்ளார்ந்த ஆற்றல் மிக்க ஒரு தேசிய அடையாளமாகச் சித்திரிக்கிறார்கள். இதற்குள்ளே மற்றெல்லா மதங்களும், மதச் சமூகங்களும் நியாயமாக வாழலாம் என்கிறார்கள். இப்படி உரிமை பாராட்டுவதற்குப் பொதுவாக இரண்டு வாதங்களை முன்வைக்கிறார்கள். ஒன்று, இந்திய வரலாறு பற்றிய தேசியவாத விளக்கங்களை மறு வரிசைப்படுத்துவது. இதில், இந்துயிசம் நீண்ட நெடிய சகிப்புத் தன்மை வாய்ந்த மரபை உடையது என்று கூறுவது; மற்றது, மேற்கத்திய தேச – அரசுகளையும், மேலாதிக்கம் வாய்ந்த சமய மரபுகளை அவை பின்பற்றுகிற மதசார்பற்ற தன்மையோடு ஏற்றுக்கொண்டிருப்பதையும் துணையாகக் கொள்ளுவது. ஆனால் அங்கிருந்த தேசிய பூர்ஷ்வாக்கள் வன்முறையின் வழியாக தங்கள் அதிகாரத்தை நிலைநாட்டிய வரலாறு பற்றி ஒருபோதும் விவாதிப்பதில்லை. இப்புதிய இந்துத் தன்னிலை பொய்யான சித்தாந்தங்களை (மேற்கத்திய கோட்பாடுகள், பொய்யான மதசர்பின்மை) பகுத்தறிவின் குரலில் பேசுகிறது. தற்போது நிலவும் நிறுவனங்களுக்கு (நீதிமன்றம், அரசியல் சட்டம்) சவாலிடுகிறது, இவையெல்லாம் பெரும்பாலான மக்களின் அபிலாசைகளுக்குச் செவிமடுப்பதில்லை எனச் சரியான இந்தியர்களிடம் பேசுகிறது. இவ்வாறாக கிரிலால்ஜெயின் 'மதசார்பின்மை பற்றிய வீங்கிப் பருத்த அலங்காரம் பற்றியும், அரசியல் சாசனம், சட்டம்' பற்றியும் எழுதுகிறார் (*'Times of India', 12.12.1992*). மசூதியை அழித்தபின் ஸ்வபன் தாஸ் குப்தா எழுதுகிறார்:

'கரசேவர்கள் இந்துச் சமுநாயத்திற்கு ஒரு நியாயத்தை வழங்கினார்கள். அவர்கள் அரசியல், அழகியல் ஆகிய விசயங்களை முன்னிட்டுச் சட்டவிரோதமான செயலுக்குத் தாங்கள் காரணமில்லை என்று சொல்லமுடியும். அல்லது அவர்கள் பிடிவாதமாகத் தங்களது செயலை, பேஸ்டைல் சிறை தகர்ப்போடும் (பிரெஞ்சுப் புரட்சியின்போது – மொ.ர்) புராதனமான அரசாட்சியின் வீழ்ச்சியோடும் உறவுபடுத்திப் பின்விளைவுகளைச் சந்திக்கத் தயாராக இருக்க முடியும் (*'Sunday', 20–6, டிசம்பர், 1992, p.9*) அதன்பின் நடந்தவை வியக்கத்தக்க விதத்தில் வேகமானவை, பெரிய அளவிலான இந்தியர்களுக்கு நம்பிக்கை தருவனவாக அமைந்தன. முஸ்லீம்களுக்கு எதிரான உக்கிரமான இந்துத்துவ வரலறானது ஒரு மசூதியை இடித்து அவ்விடத்தில் ஓர் இந்துக் கோவிலைக் கட்டுகிற ஓர் அரசியல் திட்டநிரலும், குறிப்பிடத்தக்க ஒரு மதச்சமூக வன்முறை நிகழ்வுகளும் மௌனமாகக் கடந்து போனது. ஐரோப்பாவில் தோன்றிய பூர்ஷ்வா தேசியம் அந்த மண்ணில் நிலைநாட்டிய அதிகாரத்தின் சொல்லாடல்களைத் தனதாகக் கொண்டு இந்துத்துவம் என மீளிடம் பிடித்துச் சட்டபூர்வமான – தாக்கப்பட்டது . . .

இதனைத் தொடர்ந்து மேற்கிளம்பிய தன்னிலைகளின் வடிவங்கள் முக்கியமானவை. எல்.கே. அத்வானி (இவரை ஊடகங்கள் முதிர்ச்சியானவர் மென்மையாகப் பேசுபவர் கவர்ச்சிகரமானவர் என்று வருணித்தன) தமது கட்சியே 'மதசார்பற்ற' கட்சி என்று வலியுறுத்துகிறார். பாபர் மசூதி இடிப்பு ஒரு 'தற்காலிகப் பின்னடைவு' மட்டுமே என்கிறார் மதச் சமூக வெறி *(communalism)* பா.ஜ.க.வின் 'மிகையார்வம் கொண்ட இளம் கட்சிப் பணியாளர்களிடம்' மட்டுமே இருக்கிறதாகக் கூறி இப்பழியிலிருந்து பா.ஜ.கவை விடுவிக்க முயலுகிறார் ஏ.பி. வாஜ்பேயி (மாண்புமிகு, பொறுப்புள்ள, பண்பட்ட மனிதர் *('Indian Express'. 26.12.1992).*[23] பண்பாட்டுப் பாலியல் பிரச்சினையின் பின்னணியில் தெரிகின்ற நடுநிலைமைக் கோணமானது மேலும் வன்மையானது. ராஷ்டிரா சேவிகா சமிதி உறுப்பினார்கள் மற்ற மகளிர் அமைப்புக்களிலிருந்து தங்கள் நிலைபாட்டை இவ்வாறு வேறுபடுத்திக் காட்டினார்கள். 'நாங்கள் மத்தியஸ்தம் செய்கிறபோது எப்போதும் பெண்ணின் பக்கம் சாய்வதில்லை. நாங்கள் நடுநிலை வகிக்கிறோம் . . . நாங்கள் குடும்பத்தை உடைப்பவர்கள் இல்லை!', (தனிகா சர்க்கார், 2062). இதே போன்று சாதி அல்லது வர்க்கம் தொடர்பான 'நடுநிலைமை' பின்பற்றப்படுவதை எடுத்துக்காட்டுவது கடினமில்லை.

'நடுநிலைமை' பற்றிய இந்த அரசியலை இன்னும் ஆழமாக விசாரிக்க வேண்டும். பா.ஜ.க/விசுவ இந்து பரிக்ஷத்/ஆர்.எஸ்.எஸ் ஆகியவற்றின் கூட்டு, மேற்படி நடுநிலைக்கு உரிமை பாராட்டுகின்றது. ஐரோப்பிய வரலாறு, முதலாம் உலக தேசியம் ஆகியவை பற்றி இவர்கள் இடுகின்ற மேற்கோள், 'பூர்ஷ்வா குடிமகன் தன்னிலை' என்ற உருவத்தைத் திரும்பத் திரும்பச் சுட்டுகின்றன. இந்த பூர்ஷ்வா குடிமகனின் நலன்கள், அவனது ஒற்றை பிம்பம் ஆகியவற்றிற்கேற்றவாறு, உலகத்தைச் சட்டபூர்வமாகவும், இரக்கமில்லாமலும் மறுவார்ப்புச் செய்கிறார்கள். திட்டமிட்ட வளர்ச்சியை நடுநிலைமை நோக்கில், சாதி, வர்க்கம், பண்பாட்டுப்பால், காலனியம் ஆகியவற்றின் 'சமூக' பிரச்சினைகளை அறிவியல் பாங்கில், திட்டமிடுபவர்கள் ஆராய்ந்து, அவற்றைச் சரிப்படுத்துமாறு 'நேருவின்' அரசியல் அதிகார வர்க்கத்திடம் தந்தார்கள்.

இந்த அரசு, சமூக ஏற்றத்தாழ்வுகளை ஏற்றுக்கொண்டு, அவற்றைச் சரிபடுத்தும் பொறுப்பை ஏற்கிறது என்றாலும், அச்செயல்பாடு, முடிவுகளை அமலாக்கம் செய்கிற ஓர் அதிகாரப் மையத்திடம் ஒப்படைக்கப்படுகிறது... இந்த அதிகார மையத்தை வடிவமைக்கும் பணியும், இதனை அதிகாரபூர்வமானதாக ஆக்கிய ஒரு சமூகக் கற்பிதமும் சுதந்திரத்திற்குப் பிந்தைய

கால கலாச்சார அரசியலில் ஆதிக்கம் புரிந்தன. ஏற்கனவே சுந்திரத்திற்கு முந்திய முக்கியமான வர்க்க, சாதி, பண்பாட்டுப்பால் போராட்டங்களில் அடையாளங்கள் வடிவெடுத்திருந்தன. இவை தேசம் குறித்த இன்னொரு சமூகக்க் கற்பிதத்திற்குரிய அடிப்படையைத் தந்திருக்கலாம். அந்த அடையாளங்கள், மனிதத்தன்மை, குடிமைஉரிமை ஆகிய எடுத்துரைப்புக்குள் மீண்டும் எழுதப்பட்டதன் மூலமாக முறியடிக்கப்பட்டுச் சிதைக்கப்பட்டன. இது தொடர் நிகழ்வாகும். ஏனெனில் அரச மேலாண்மை தொடர்ந்து அச்சுறுத்தப்படுகிறது. திரைப்படங்கள், நாவல்கள், வரலாறுகள், தொலைக்காட்சி நிகழ்ச்சிகள், அச்சுஊடகம், பாடங்கள் போன்ற குடிமைச் சமுதாயத்தின் பரவலான நிறுவனங்கள் எல்லாம் சாதி, பண்பாட்டுப்பால், அல்லது மதச்சமூகம் ஆகியவற்றைப் பிளவுபடுத்துகிற பிரச்சினைகளைப் பேசி, இவற்றை நடுத்தரவர்க்கம், உயர்சாதி இந்து, தந்தைவழிச் சமூகங்களைச் சட்டரீதியாகச் சாசனப்படுத்துகிற எடுத்துரைப்புக்களாக ஆக்குகின்றன.

மனிதநேயம் என்பதோடு கொண்ட இந்தக் கூட்டுறவின் விளைவாக, தேர்தல் மூலமாகப் பா.ஜ.க பெறுகிற ஆதரவைவிடப் பன்மடங்கு புதிய வலதுசாரி பெற்றுள்ளது. இவ்வாறாக, மைய ஓட்டமான பத்திரிகையை அல்லது வெளிப்படையான அரசியல் அல்லாது தூரதரிசன நிகழ்ச்சிகளைப் பார்க்கிறபோது, அல்லது வளர்ந்துவருகிற நுகர்வோர் மக்கள் தொகையின் அன்றாட வாழ்க்கையை ஆளுகிற சிந்தனை, உணர்ச்சி, பகுத்தறிவு, முடிவுகளை எடுத்தல் ஆகியவற்றின் விதங்களைப் பார்க்கிறபோது, மேலாண்மை நிலைக்கு இந்துத்துவம் வருவதற்குத் தயாராக இருப்பதாகத் தோன்றுகிறது. இவ்வாறு, தனிமனிதவாதத்திற்கும், மதம் மரபு தேசம் குடும்பம் தனிநபர்நாணயம் ஒழுங்கு கட்டுப்பாடு ஆகியவை பற்றிய உயிரோட்டமான – பழைமைவாத அடிக்கருத்துக்களுக்கும் இடையில் வலுவான புதிய விவரிப்புக்கள் செய்யப்படுகின்றன. சிறுபான்மை, சண்டை – சமாதானம், பொய்யான மதச்சார்பின்மை, தேசியவாதம் மீதான விவாதம் ஆகியவை, கொடூரமான முஸ்லீம் எதிர்ப்புச் சட்டத்தின் மீது குவிமையம் கொள்ளுகின்றன. இது நேரடியாக நவீன இந்தியப் பெண்நிலையை இந்துவாக மட்டுமின்றி, உயர்சாதி/ வர்க்கமாக அடையாளப்படுத்துகிறது. முஸ்லீம் பெண் விசித்திரமான பூஜ்யம் – பூஜ்யம் என்ற ஒரு விளையாட்டில் மாட்டிக்கொள்ளுகிறாள். இரண்டு வழிகளிலும் அவள் இழப்பையே சந்திக்கிறாள். பெண் என்றும் இந்தியன் என்றும் இருநிலைகளிலும் அவளால் உண்மையில் ஒரு முஸ்லீமாக இருக்க முடியாது. இந்தப் புதிய சமூக அசைவுகளால் வலதுசாரிப்

பெண்கள் வலிமையுறுகிறார்கள் (*empowerment*). பெண்ணியத் திட்டத்திற்குள்ளே சாதி/வர்க்க ஏறுவரிசகைள் ஏற்கப்படுகின்றன. இது இஸ்லாத்தைப் புறந்தள்ளுகிறது.

VI

பண்பாட்டுப்பால் பிரச்சினை பற்றிய மேலாண்மை வாய்ந்த பேச்சு, பெண்ணியத் தன்னிலையை வர்க்கம் – சாதி (மண்டல் – சுண்டூரு) ஆகியவற்றோடு பகை உறவில் நிறுத்துகிறது, அல்லது சமய அடையாளத்துடன் வலதுசாரிப் பெண்களைப் பகை உறவில் நிறுத்துகிறது. இது, இத்தகைய தன்னிலையை நுகர்வோர் முதலாளியத்திற்குள்ளே மீண்டும் உட்செறிக்க வழிவகை செய்கிறது.

இப்போது இறுதியான குறிபெயரைக் காணலாம். இது ஆந்திரப்பிரதேசத்தில் பெண்கள் நடத்திய சாராய எதிர்ப்பு இயக்கத்தைப் பற்றியதாகும். இந்த இயக்கம் பற்றிப் பல்வேறு பொருள்கோடல்கள் செய்யப்பட்டுள்ளன. இவை, முந்தைய பெண்ணிய முன்முயற்சிகளைக் காலிசெய்கிற விதத்தில் உள்ளன. இந்த இயக்கம் எளிதான ஒன்றன்று. நடந்தவை அனைத்தையும் பரிசீலனைக்கு உட்படுத்திவிட்டதாக நாங்கள் உரிமை கொண்டாடவில்லை. தேசம், தேசத்தின் பெண்கள், பெண்களால் தேசம் தூய்மை அடைதல் சம்பந்தப்பட்ட சாராய எதிர்ப்பு இயக்கம் பற்றி ஊடகங்கள் தந்தவை அவற்றின் பார்வையின்படி இருந்தன. இங்கே, பெண்ணியக் கோட்பாடும் செயல்பாடும் விசித்திரமான முரண்பாடுகளில் சிக்கிக் கொண்டன. சாராயத்தை எதிர்த்த பெண்களைச் சரியான பெண்ணியவாதிகள் எனச் சித்திரித்தார்கள். இந்தக் கூற்று முரண்பட்டதாகத் தோன்றினாலும் இது வேறு சில உண்மைகளோடும் சம்பந்தப்பட்டதாக இருந்தது.

1. சாராயத்தை எதிர்த்த போராட்டம் பெண்களின் பிரச்சினை பற்றியது என்பதை மறுப்பது என்றும், 2. அது ஒரு நிலப்பிரபுத்துவ எதிர்ப்புப் போராட்டம் என்றும், அது தேசத்தைப் பாதுகாக்க, அரசியலைத் தூய்மைப்படுத்த எழுந்த போராட்டம் என்றும் கூறப்பட்டது. இந்த மறுப்பும், ஏற்பும் சாராயத்தை எதிர்த்துப் போராடிய பெண்ணை மனிதநேயத்தின் தன்னிலையாகப் பாவித்தன. இதில் குறிப்பிட்ட விசயம் என்னவென்றால்: பெண்பால்/பெண்ணியத் தன்னிலைக்குள்ள இடத்தை நோக்குகிற போது, பெண்களுடைய பிரச்சினையை ஒரு பழைமைவாத, தேசியவாத அடிப்படையிலிருந்து பேசுகிறவர் களை, இதனை வாக்கப் போராட்டத்தின் (நிலபிரபுத்துவத்திற்கு எதிரானது) ஒரு பகுதியாகக் காண்பவர்களிலிருந்து பிரித்துப்

பார்க்க இயலாதவாறு இருக்கிறது. இப்பிரச்சினை குறித்து எழுதுகிறவர்கள், இவ் இயக்கத்தை வரலாற்றுப் பெண்ணியத்திலிருந்து பிரிக்க முயலுகிறார்கள். இதனால் தற்போது நிலவுகிற பெண்ணியத்தின் தீவிரமான சமத்துவ ஆற்றலின் பரிமாணங்களை மறைத்துவிடுகிறார்கள். அதேவேளையில் ஏனைய பெண்ணிய முன்முயற்சிகளோடு சாராய எதிர்ப்பு இயக்கத்தின் பரிமாணங்கள் கொள்ளுகிற நீண்ட அதிர்வினைப் புலப்படாதவாறு செய்கிறார்கள்.

சாராய எதிர்ப்பு இயக்கத்திலிருந்து நமக்குப் புலப்படுகிற அம்சங்கள் யாவை? அவை, சமகாலப் பெண்ணியச் செயல்பாடு, பண்பாட்டுப் பால் பற்றிய கோட்பாடு ஆகியவற்றோடு என்ன உறவு கொண்டுள்ளன? இதனைக் காண்பதற்குமுன் இயக்கம் பற்றிச் சுருக்கமாகப் பார்க்கலாம்.

ஆந்திரப் பிரதேசத்தில் அநேக பகுதியில் கடந்த பத்தாண்டுகளாக (80கள்) அரசாங்கம் நடத்திவந்த சாராய விற்பனையை மையமாகக் கொண்டு தொடர் போராட்டங்கள் நடந்துவந்தன. ஒவ்வொரு பகுதியிலும் வெவ்வேறான உள்ளூர்ச் சக்திகள் சாராயத்தை ஒரு பிரச்சினையாக முன்னெடுத்துச் சென்றன. தெலிங்கானாவிலும், மற்ற சில மாவட்டங்களிலும் இந்திய பொதுவுடைமைக் கட்சிக் (மார்க்சிய – லெனினியம்) குழுக்கள் இந்தக் கிளர்ச்சியைத் தொடங்கின அல்லது ஆதரித்தன. கடற்கரையை ஒட்டிய சில மாவட்டங்களில் வயது வந்தோர் கல்வித் திட்டம் போன்ற சில நிகழ்வுளோடு இந்த இயக்கம் சம்பந்தப்பட்டதாக மேற்கிளம்பியது. ஆந்திரப் பிரதேசத்தின் கிராமப்புறங்களில் பெண்கள் ஆயத்துறையைச் சேர்ந்த ஜீப்புகளையும் காவல்துறையினரையும் தாக்கினார்கள். சாராயப் பைகளை எரித்தார்கள்; சாராயத்தை விற்பவர்களைத் தண்டித்தார்கள்; தொடர்ந்து குடித்த ஆண்களுக்கு தண்டம் விதித்தார்கள். 1992, செப்டம்பருக்குப் பின்னர் இயக்கம் சூடுபிடிப்பது போலத் தெரிந்தது. பெரிய அரசியல் கட்சியால் கணிக்கவோ அல்லது கட்டுப்படுத்தவோ முடியாதபடி அது கிராமங்களுக்குப் பரவியது. 15.4.1993இல் நெல்லூர் மாவட்டத்தில் ஆந்திரப் பிரதேச அரசாங்கம் சாராயத்தைத் தடைசெய்தது. பின்னர் 1–10–1993 முதற்கொண்டு மாநிலம் முழுவதிலும் சாராயத்திற்குத் தடைவிதித்தது. ஆளும் இந்திய காங்கிரஸ் கட்சி இதனை மக்கள் சார்ந்த நடவடிக்கை எனத் தனது பங்கிற்கு உரிமை பாராட்டியது. பெரிய பெரிய வண்ண விளம்பரத் தட்டிகள் சாராயத்தின் தீமைகளைப் பற்றிப் பேசின; இதன் பிடியிலிருந்து விடுபட்ட கிராமப்புறக் குடும்பங்கள் புன்னகை புரிவதைச் சித்திரித்தன. இந்தத் தட்டிகளுக்கும் உயரமாக

விளிம்புநிலை மக்களின் போராட்டங்கள் 83

பிரம்மாண்டமான கட்–அவுட்டுகளில் மாநில முதல்வர் விஜய பாஸ்கர ரெட்டி கருணையோடு உற்றுப்பார்த்தார். ஹைதராபாத் நகரத்தின் முக்கிய சந்திப்புக்களில் இவை வைக்கப்பட்டன.[24] அரசாங்கத்தின் ஒலி – ஒளி விளம்பர எந்திரம் ஆந்திரப் பிரதேசத்தின் மூலை முடுக்குகளிலெல்லாம் சென்று குடியை நிறுத்துமாறு பிரச்சாரம் செய்தது. 1994, நவம்பரில் நடைபெற்ற சட்டமன்றத் தேர்தலில் காங்கிரஸ் கட்சி மாபெரும் தோல்வியைத் தழுவ, தெலுங்கு தேசக் கட்சி (இது தனது முந்தைய ஆட்சிக் காலத்தில் சாராய விநியோகத்தை அரசாங்கமே ஏற்று நடத்திய முறையை அறிமுகப்படுத்திய கட்சியாகும்) ஆட்சிக்கு வந்தது. புதிய முதல்வர் என்.டி. ராமாராவ் பதவி ஏற்ற ஒரு சில நிமிடங்களில் மாநிலம் முழுவதிலும் சகலவித மதுபானங்களும் உடனடியாகத் தடைசெய்யப்பட்டு அமலாக்கப்படும் என்று அறிவித்தார், தனக்கு வாக்களித்த சகோதரிகளின் கோரிக்கைக்கு இணங்கியே இதை அறிவித்தாகக் கூறினார். எனினும் ஒவ்வொரு அரசியல் கட்சியும் சாராயத்தை எதிர்த்துப் போராடிய பெண்களை உண்மையான பெண்ணியத் தன்னிலைகளாகப் பாராட்டியது. காந்தியவாதிகள் முதல் லோகியவாதிகள், தெலுங்கு தேசக்கட்சி, பா.ஜ.க/ஆர்.எஸ்.எஸ் வரையிலும், மார்க்சிய லெனினியக் கட்சிகள் முதல், மரபான இடதுசாரிகள், (இந்திய பொதுவுடைமைக்கட்சி, இ.பொ.க மார்க்சிஸ்ட்) தலித் மகாசபை வரையிலும், பெண்கள் அமைப்புக்களான ஆரிய மகிள சமிதி முதல் சோசலிச மகிள சமிதி வரையிலும், ஆந்திரப் பிரதேச மகிள சங்கம் முதல் மார்க்சிய லெனினிய கட்சிகள் ஆதாரித்த பெண்களுக்கான இரண்டு முற்போக்கு அமைப்புகள் வரையிலும், சாராயத்தை எதிர்த்துப் போராடிய பெண்களுக்கு ஆதரவு தந்தன. சாராயத்தை எதிர்த்த பெண் அற்புதநவிற்சித்தமான (Romantic) தன்னிலையாகத் தோன்றினாள். இவளை மையமாகக் கொண்டு உருவான பலதரப்பட்ட எடுத்துரைப்புக்களில் இவளே ஏக கதாநாயகி.[25]

பா.ஜ.க–வின் பாராளுமன்ற உறுப்பினர் உமாபாரதி சாராயத்தை எதிர்த்த பெண்களைப் பாராட்டினார். வரதட்சிணை, வெளிநாட்டுப் பொருள் மோகம், ஊழல் ஆகியவற்றுக்கு எதிராகவும் 'பெண்களை'ப் போராடுமாறு கூறினார். 'தேசிய விழிப்பினை ஏற்படுத்த' அவர்கள் உதவ வேண்டும் என்றார் (The Hindu, 20.10.1992). சாராய எதிர்ப்புப் போராட்டம் மிக வலுவாக நடந்த நெல்லூர் மாவட்டத்தில் இந்தப் பெண்களை, சக்தி, காளி, துர்க்கை என்று பா.ஜ. கட்சியினர் வருணித்தனர். பா.ஜ.கட்சி அகில 'இந்திய துணைத் தலைவர் ஜனா கிருஷ்ணமூர்த்தி, *தாயின் சக்தி* மற்றவர்களைத் தன்பக்கம் ஈர்த்தது' என்று அறிவித்தார். (The Hindu, 12.10.1992). இதிலிருந்து சற்று

வித்தியாசமாக தலித்பகுஜன் கோட்பாட்டாளர் கா.ஐலையா, இந்த இயக்கத்தை 'குடும்பத்தின் உரிமையை நிலைநாட்டுவது தாயின் உரிமை' என்று அடித்துப் பேசினார்.[26] மூத்த சுதந்திரப் போராட்ட வீரர் வவிலல கோபால கிருஷ்ணையா, சாராய எதிர்ப்பு இயக்கம், 'சுதந்திரப் போராட்டத்தை' ஒத்தது என்றும், இதனை 'அரசியலாகாதபடி பார்த்துக்கொள்ள வேண்டும்' என்றெழுதினார்.[27] *(The Hindu, 16.10.1992)*. பி.ஓ.டபிள்யு (POW) அமைப்பைச் சேர்ந்த விமலா, 'தங்கள் குழந்தைகளைச் சுமந்தபடி தாய்மார்கள் ஆர்ப்பட்டத்தில் கலந்துகொள்ளப் பல மைல்கள் நடந்து வந்தார்கள்' என்று எழுதினார் *(Nalupu, 1–31.1.1992)*. பெண் வீதிக்கு வந்துவிட்டாள் என்ற பிம்பம் முக்கியமாகப்பட்டது; (திரைப்பட நடிகை, 'ஈநாடு', *5.10.1992*). மண்டல் எதிர்ப்புக் கிளர்ச்சியில் அல்லது தேசிய இயக்கத்தில் கூறியபடியே இந்தச் சாராய எதிர்ப்பு இயக்கத்தின் பெண்ணும் இலட்சியவாதம், தூய்மை ஆகியவற்றின் திருஉருவாக ஆனாள்.

பெண்கள் எதற்காக வீதிக்கு வந்தார்கள் என்பதை விளக்க முயன்றவர்கள் கலகவெடிப்பு சாத்தியமாகக் கூடிய பல காரணிகளை மறைத்தது போலத் தெரிகிறது. குறிப்பாக அரசு மானியமாக வழங்கிவந்த அரிசியை நிறுத்துதல், மிக கவனமாகத் திட்டமிட்டுச் சாராய விற்பனையை அதிகரித்தல், வயதுவந்தோர்க்குச் சொல்லித்தந்த ஆரம்பகட்ட கல்வியில் சாராயம் பற்றிய கதைகளைச் சேர்த்தல் ஆகியவற்றைக் கூறலாம். கிராம்த்துப் பெண்ணின் நிரந்தரமான கண்ணீரும் துயரமும், சாராயம் எவ்வாறு 'ஏழையின் இரத்தத்தைக் குடிக்கிறது' என்பதும் சித்திரிக்கப்பட்டன *(Nalupu, 1–31.1.1992)*. பெண் தாங்க முடியாத துயரத்தில் தள்ளப்படுகிறபோது, அவளது மனிதசாரம் தன்னை நிலைநாட்டி, அவள் குடிமகள் – தன்னிலை என்ற தகுதிக்கு உரிமை கோருவதாக ஆதிக்க எடுத்துரைப்புகள் கருதுகின்றன. 'குடிமைத் தன்மையை' நிலைநாட்டுவதற்கு அவள் ஒரு மனைவி, தாய், குழந்தைகள் கணவன் பேரில் அவள் கொண்ட கரிசனம் ஆகியன முதன்மைக் காரணங்களாகக் கூறப்படுவது குறிப்பிடத்தக்கது. அவளுக்கு அவளது குடும்பத்தின் மகிழ்ச்சிதான் முக்கியமான ஆசை என்றார் சாரதா (ஈநாடு, *5.10.1992*).[28] தனது மஞ்சள் குங்குமம் நிலைக்க வேண்டுமென்பது அவளது ஆசை. சரியான பெண்ணிய தன்னிலை பற்றிய இந்த மறு உருவாக்கமானது நமது காலத்தில் ஆதிக்க கலாச்சாரக் கூற்றுக்களில் வழக்கமாகக் கற்பிக்கப்படும் நகர்ப்புறப் பெண்ணியவாதிகளைப் பற்றிய மறைமுகமான ஒரு விமர்சனமாகப்படுகிறது. இந்தச் சரியான பெண்ணியத் தன்னிலையை, 'தனக்கே சொந்தமான ஒரு சிறப்பியல்பு' கொண்ட ஒரு கிராமப்புறத்துப் பெண் என்று ஓய்வுபெற்ற ஒரு

நீதிபதி கூறினார். அவளால் முடிந்தவரை மரபொழுக்கத்திற்கு ஓர் அடிமையாக வாழ்கிறாள், அந்த வாழ்க்கையை இனியும் தாங்க முடியாத போது அவள் தடைகளை உடைக்கத் தொடங்குகிறாள். ஆண்களாலும் நகர்ப்புறப் பெண்களாலும் அவள் என்ன மாதிரி போராடுவாள் என்பதைக் கற்பனை செய்ய முடியாது. அவளுக்கு தைரியம் உண்டு. (ஜஸ்டிஸ். அருள் சாம்சிவ ராவ், ஈநாடு; 6.10.1992). பெண்ணுடைய வன்மை அவளை ஒரு நல்ல மனைவியாக, தாயாக ஆக்கும் சக்தியாகும். உண்மை யான ஸதி, அடங்கியவளாக இன்றி, தன் கணவனை அகால மரணத்திலிருந்து காப்பதற்காகத் தனது பதிவிரதா தனத்தை வெளிக்காட்டுகிறவளாக இருப்பாள்.

இவ்வாறு பெண்களின் வன்மைக்குப் பின்னால் 'குடும்பப் பாங்கான' உந்துதலை வலியுறுத்துவதன் வழியாக ஆதிக்க எடுத்துரைப்புக்கள் பெண்களின் செயல்களுக்கும் தங்கள் நோக்கத்தை அடைவதற்கு அவர்கள் எடுக்கும் முயற்சிக்கும் அரசியல் தகுதியைத் தருவதற்கு மறுக்கின்றன. 'இந்தியன் எக்ஸ்பிரஸில்' (13.10.1992) வந்த ஓர் அறிக்கை சாராய எதிர்ப்பினை 'எரிகிற ஒரு சமூகப் பிரச்சினையாகக் கூறியது. தெலுங்கு தேசக்கட்சித் தலைவர் என்.டி. ராமாராவ் மதுவிலக்கை அமலாக்கும் காந்தியை நினைவூட்டி, 'பெண்களால் மட்டுமே இந்தச் சமூக மாற்றத்தைக் கொண்டுவர முடியும்' என்று அவர் சொன்ன அபிப்பிராயத்தை எடுத்துக் கூறினார். (Indian Express, 15–10–1992). சாராய எதிர்ப்புப் போராட்டத்திற்குப் பெரும் முக்கியத்துவம் தந்த 'ஈநாடு' தெலுங்கு நாளிதழின் ஆசிரியர்/பதிப்பாசிரியர் ராமோஜிராவ் பின்வருமாறு எழுதினார்: 'சமூக வாழ்க்கையின் மதிப்பீடுகளில் நம்பிக்கை கொண்ட ஒவ்வொரு தனிமனிதனும் இம்மாபெரும் இயக்கத்தை முழுமனதோடு வரவேற்கிறான். . . இரத்தமும் சதையுமுடைய ஒவ்வொருவனும், சுரணையும் மனித நேயமும் உடைய ஒவ்வொருவனும் போராட்டத்தை ஆதரிக்கிறான்' ('ஈநாடு', தலையங்கம், 25.10.1992). இடதுசாரி ஆய்வாளர்கள் இந்த இயக்கத்தைச் சமூக சீர்திருத்தம் என்றும் (இந்தியப் பொதுவுடைமைக் கட்சி– மார்சிஸ்ட் உறுப்பினர்களிடம் நேரில் பேசியபோது கூறியது), 'நிலப்பிரபுத்துவத்திற்கு எதிரான போராட்டத்தின்' ஓர் அங்கம் என்றும், மாறி மாறிக் கூறுகிறார்கள் ('Nalupu. 1–5.11.1992). சிலர் இதனைத் தலைவர் அற்ற இயக்கம் என்றும், 'அரசியல் – அல்லாதது' என்றும் கருதுகிறார்கள். ராமோஜிராவ் தலையங்கம் ஒன்றில் குறிப்பிட்டதுபோல இந்த இயக்கம் 'சாதி மதம் வர்க்கம் கட்சி' கடந்தது. இருந்தாலும் இது வலுவடைந்த பிறகு பல்வேறு 'அரசியல் கட்சிகளும் பெண்கள் அமைப்புக்களும் இதன் பின்னே

விரைந்து கொண்டிருக்கின்றன' ('ஈநாடு', தலையங்கம், 19.8.1992). பெண்களை அரசியல் செயல்பாட்டாளர்களாகப் பார்க்கும் பிரம்பத்தின் மறுபக்கம் அவர்களுக்கு ஒரு சமூக பாத்திரத்தை வழங்குவதாகவும், அவர்கள் தங்கள் குடும்பங்களை மட்டுமின்றி 'நாட்டையும் பாதுகாக்கின்றவர்களாகவும்' பார்க்கும் பார்வை இருக்கிறது. மேலாண்மைவாய்ந்த எடுத்துரைப்புக்கள் அந்தப் பெண்களை அதிகாரப் பூர்வமானவர்களாக நியமித்து, சாராய நெடி அடிக்கிற ஓர் அரசியல் உடம்பைச் சுத்தம் செய்கிற 'தார்மீக அதிகாரத்தை' அவர்களுக்கு வழங்குகின்றன ('ஈநாடு', தலையங்கம், 13.9.1992). இந்த இயக்கம் குறித்த ஆய்வுகளிலும் தீர்வுகளிலும் காணப்படுகிற உடன்பாடான அம்சங்கள் அதிர்ச்சிகரமாக உள்ளன. எழுத்தாளர்கள் உண்டாக்கிய விரிவான ஒரு ஆவிஇயலில் *(Demonology)* வீர மங்கையர் தீய சக்திளோடு யுத்தம் புரிகிறார்கள். தீய சக்திகளாக இடம்பெறுகிறவர்கள்: அரசியல்வாதிகள், தொழில்துறையாளார், ஒட்டுமொத்த குடிமைச் சமுதாயம், அரசு ஆகியவற்றால் ஆகிய 'ஊழல்' எந்திரம்.[29] இங்கே சாராயம் என்பது (இதனை கே. பாலகோபால் 'ஆபாச திரவம்' என்றழைக்கிறார்) உச்சரிக்கத்தக்கது அல்ல; அது அருவெறுப்பூட்டுவது, 'அநாகரிகச் செயலைக்' குறித்து நிற்பது என்று குறிக்கப்படுகிறது.[30] சாராயம் என்ற சொல் மறுமலர்ச்சி பெற்ற மதசார்பற்ற மனிதநேயவாதியால் அருவெறுக்கப்பட்டது. திரும்பத் திரும்பச் சாராயம், 'பெண்கள் மீது பிரயோசிக்கப்படும் எல்லா வன்முறைக்கும், அக்கிரமங்களுக்கும் காரணம்' என்று சொல்லப்படுகிறது. (சுமன் கிருஷ்ணகாந்த், மகிள தட்சத சமிதி இருக்கை, 'ஈநாடு', 3.10.1992). அந்தச் சாராயம் எல்லாத் தீமைகளின் மூலாதாரத்தையும், ஊழலையும் குறிப்பீடு செய்கிறதென்றும், கிராமப்புறப் பெண்களே 'அக்கிரமம் பண்ணுகிற சாராயப்பேயை அழிக்க, நடத்தும் யுத்தத்திற்குரிய சங்கை ஊதுகிறார்கள்' என்றும் கூறுகிறார்கள் ('ஈநாடு', தலையங்கம், 25.10.1992). கே. பாலகோபால் குறிப்பிடுவதைப் போல 'ஆயிரக்கணக்கான கிராமப்புறப் பெண்களின் உச்சமான தைரியமும் உறுதியும் ஆட்சியாளர்களின் இருண்ட பித்தலாட்டத்திற்கு எதிராக நின்றன. நமது வாழ்க்கையிலுள்ள எல்லாவித ஆபாசங்களையும் விரட்டியடிப்பதற்காக (அந்தப் பெண்கள்) அரிவாளையும் விளக்குமாற்றையும் எடுத்துகொண்டார்கள்.' *(Economic and political weekly'*, 4.11.1992, p.2457) சாராயத்திற்கு எதிரான இயக்கம் 'ஊழலிலிருந்து நம்மைச் சுத்தப்படுத்தும்' (ஒரு சி.பி.ஐ. தொண்டர் நேரில் பேசியபோது கூறியது).

சாராய எதிர்ப்பியக்கத்தை அன்றாட வாழ்க்கை அரசியலின் ஒரு குறிப்பிடத்தக்க விரிவு என்று ஆதிக்க எடுத்துரைப்புக்கள்

கூறுவதை நாங்கள் எதிர்க்கிறோம். மேலும் பண்பாட்டுப்பால், வர்க்கம், சாதி, மதச்சமூகம் பற்றிய இத்தகைய வாசிப்புக்களில் இவை ஒரு தீவிரமான, வித்தியாசமான இணைப்பில்வந்து கூடுகின்றன. இதில், 'தார்மீக தூய்மை'க்குத் தரப்படுகிற அழுத்தம், பொருளாதாரச் சுரண்டல் அல்லது உடல்நலத்திற்கான ஆர்வம் என்பதற்கு மாறிச் செல்லுகிறது.

பின்வருவன, நெல்லூர் மாவட்டத்திலுள்ள மூன்று மண்டலங்களிலுள்ள பன்னிரண்டு கிராமங்களுக்கு நவம்பர் 1992இல் சென்று நாங்கள் மேற்கொண்ட அவதானிப்புக்களாகும்.[31] சாராய விற்பனையைக் குறைத்த அல்லது தடுத்த அதே வேளையில் அதனை ஓர் 'அரசியல்' செயல்பாடாகக் காண இயலும். இந்த இயக்கம் கிராமங்களில் பண்பாட்டுப்பால் உறவுகளில் ஓர் அதிகார மறுஒழுங்கிணைவையும் ஏற்படுத்தியதாகத் தோன்றுகிறது. பெண்கள் தங்கள் வீடுகளில் தனிப்பட்ட ஆண்களிடம் வழக்கமாக முரண்படுவதில்லை. ஆனால் உள்ளூர்ச் சாராயக் கடையையும் சாராயத்தைக் கடைகளில் இறக்கிய ஆயத்தீர்வைத் துறை ஜீப்புகளையும் தாக்கினார்கள். மேலும் அவர்கள் தங்கள் வாழ்க்கையின் அநேக அம்சங்களை அரசியல் பதங்களிலோ அல்லது அரசியல் பிரச்சினைகளாகவோ வெளிப்படுத்த முயன்ற தாகத் தோன்றுகிறது. (வர்க்க ஆய்வு 'பொருளாதாரம்' என்று கருதுகின்ற பரப்புக்களிலும் கூட). தொட்லசெருவுப்பள்ளி ஊரைச் சேர்ந்த கொண்டம்மா, 'அரசாங்கம் எங்களுக்கு ஏன் சாராயத்தை அனுப்பணும்? அதுக்குப் பதிலாகத் தண்ணீர் அனுப்பட்டுமே, நாங்கள் வருசத்துக்கு இரண்டு போகம் விளைய வைப்போமே. இப்போது எங்களுக்கு எதுவும் இல்லையோ?' என்று கேட்டார். தங்கள் வாழ்க்கை பற்றி அரசுக்குள்ள பொறுப்பின்மையை விமர்சிக்கும்போது, கொண்டம்மா, சாராயத்தை அரசு வீட்டுக்கே வந்து வழங்கும்போது, தாங்கள் சாதாரண பேதிக்கு வைத்தியம் பார்க்க மிக பக்கத்திலுள்ள டவுனுக்கு இருபது மைல் தூரம் போக வேண்டியதிருக்கிறது என்றார். நெல்லூர் மாவட்டம் உதயகிரிமண்டல் கிராமத்தில் பெண்கள் கூடிச் சாராயக் கடையைத் தரைமட்டமாக்கி அந்த இடத்தில் கல்மேடையொன்று கட்ட நன்கொடை வசூலித்தார்கள். அந்த மேடையைப் பொதுக்கூட்டங்கள் நடத்தப் பயன்படுத்தினார்கள். 'சாராயத்துக் கோசரம் எங்களால் அரசாங்கத்துக்கு நஷ்டம் என்றால் அதுக்காக நாங்க ஏன் கவலைப்படணும்? அரசாங்கத்துக்கு நஷ்டம் வந்தா உங்க சம்பளத்திலிருந்து பிடித்துக்கொள்ளட்டுமே' என்றார் கொண்டம்மா. அரசாங்கத்தின் மழுங்கத்தனத்தைக் கண்டு ஆச்சரியப்படும் கொண்டம்மா, 'ஒரு எருமை மாட்டில் பால் கறப்பதற்கு முன் நீங்க அதுக்குத் தீவனம் வைக்கணும்.

இல்லாட்டா அது ஒதைக்கும். நாங்கள் ஒதச்சோம்' என்றார். தொடர்ந்து, 'இந்த வருசம் நாங்க இனிமேக் கொண்டு வோட்டுப் போட மாட்டோம்; அவங்க எல்லாரும் ஒண்ணுதாம். எங்க ஆம்பளைங்க வோட்டுப் போடப் போனா அப்புறம் ஒரே சண்டதாம்' என்றார்.

நெல்லூர் மாவட்டம், ஆனந்சாகர் மண்டலத்தைச் சேர்ந்த கச்சேரிதேவராய பள்ளி கிராமத்திலுள்ள மற்றப்பெண்கள் சாராயத்திற்கு வித்தியாசமான அர்த்தங்களைக் கற்பித்தார்கள். ஆயத்தீர்வைத்துறை வழியாக அரசாங்கத்திற்கு வருகிற 850 கோடி ரூபாயின் விலை சாவு, (குடிபோதையில் நிகழும் ஆண்களின சாவு, அதனால் பெண்கள் தற்கொலைச் சாவு), பட்டினி, பிணி, குழந்தைகளுக்குக் கல்வி இன்மை, நிரந்தர மான கடன்சுமை, சாராயம் வாங்குவதற்காக வீட்டிலுள்ள தட்டுமுட்டுச்சாமான்கள், ஆடைகள் அடமானத்தில் போவது, மனஅழுத்தம் ஆகியவையாகும். சாராயத்தை ஒழித்த பிறகு தாங்கள் ஒருநாளைக்கு இரண்டு வேளை சாப்பிடுவதாகவும், கிராமத்துத் தெருக்கள் சுத்தமாக இருப்பதாகவும் (குடிபோதையில் ஆண்கள் இப்போது வாந்தி எடுப்பதில்லை), எல்லோருடைய உடல்நலனும் முன்னேற்றமடைந்திருப்பதாகவும், தங்கள் மனம் நிம்மதியாக இருப்பதாகவும், வசை, கடன் ஆகியவற்றிலிருந்து விடுதலை கிடைத்துவிட்டதாகவும் பெண்கள் கூறினார்கள். தொழிலாளிகள் சாராயம் குடிப்பதை நிறுத்திவிட்டதாலும், கொஞ்சம் சேமிக்கத் தொடங்கிவிட்டதாலும் இவர்கள் கடன் கேட்டுவருவதை நிறுத்திவிட்டதாக கிராம நிலக்கிழார்கள் சஞ்சலப்பட்டார்கள். இப்போது விவசாய வேலைக்குரிய கூலியை முழுசாகப் பணமாகத்தர வேண்டியதாகிவிட்டது. முன்பு பாதி பணமாகவும் பாதி சாராயமாகவும் தரப்பட்டது (சாராயம் கழிவு விலையில் தரப்பட்டது). கூலியின்மீது பெண் களின் பிடி அதிகரித்துவந்ததால் நீண்ட காலமாக இருந்து வந்த சார்புநிலையின் அமைப்புக்களைக் கீழறக்கம் செய்யத் தொடங்கியது. சாராய எதிர்ப்பு இயக்கத்திற்கான காரணம் பற்றி ஆட்சியாளர்கள் கூறிவந்த கதைகளில், குறைந்த வருவாயுடைய குடும்பங்களுக்குச் சலுகை விலையில் கொடுத்து வந்த அரிசியைக் அரசாங்கம் திரும்பப்பெற்ற செயல் மிக அரிதாக இடம்பெற்றது. இந்தச் சாராய எதிர்ப்பு இயக்கத்தை ஒரு அர்த்தத்தில் அரசு குறித்த ஒரு விமர்சனமாக மட்டுமின்றி, உலகமயமான பொருளாதாரத்தின் முன்முயற்சிகளைக் குறித்தும், அவற்றின் விளைவுகளைக் குறித்துமான விமர்சனமாகப் பார்க்க இயலும்.

இயக்கத்தில் பங்குபெற்ற பல பெண்கள் தங்களுக்குக் கல்வி அல்லது எழுத்தறிவு எவ்வளவு முக்கியமானதெனச்

சொன்னார்கள். இந்த இயக்கத்தின் தொடக்க நிலை பற்றி நாங்கள் கேள்வியுற்ற கதைகளில் ஒன்று படிப்பறிவின்மையை அகற்றுவதற்காக அரசாங்கம் வடிவமைத்த 'அட்சர தீபம்' என்ற திட்டத்தின் தொடக்க நிகழ்ச்சியில் நடந்தது. (அய்யவரிப்பள்ளி கிராமத்தில்) பற்றியதாகும். அந்நிகழ்ச்சியில் மாநில அமைச்சர் ஒருவரும் மாவட்ட ஆட்சியரும் கலந்து கொண்டார்கள். அந்நிகழ்ச்சியில் குடிபோதையில் சில ஆண்கள் பிரச்சினை செய்தார்கள். மற்ற கிராமப் பெண்ளைப் போல இந்த கிராமப் பெண்களும் உள்ளூர் சாராயக் கடையை மூடினால்தான் இரவு வகுப்புக்களை அமைதியாக நடத்த முடியும் என்று கோரிக்கை வைத்தார்கள். இதற்கு அதிகாரிகள் சம்மதித்தார்கள். துபகுண்ட கிராமத்தில் குடிபோதையில் மூன்று தொழிலாளிகள் பாதை தவறி ஒரு குளத்தில் மூழ்கினார்கள். இதனை அறிந்த பெண்கள் நூறுபேர் கூடி கிராமத்திற்குள் நுழைந்துகொண்டிருந்த சாராய வண்டியை முதலில் தடுத்து நிறுத்தினார்கள். பிறகு, ஒரு ஜீப் நிறைய இருந்த சாராய பாக்கெட்டுகளைத் திருப்பி விட்டார்கள். இதன் பிறகு, ஒப்பந்தக்காரர்களின் சாராயம் விற்கும் உரிமையை அமலாக்குவதற்கு போலீசு வந்துசேர்ந்தது. பெண்கள் அந்த இடத்தைவிட்டு நகரவில்லை. தேவைப்பட்டால் தாங்கள் மாவட்ட ஆட்சியரிடம் போகப்போவதாகக் கூறினார்கள். 'இந்த வருசம் எங்கள் கிராமத்தில் சாராயம் விற்க யாரும் முன்வரவில்லை'[32]. பெண்கள் தங்கள் இரவு வகுப்புக்களில் 'சீதம்மா கதா', 'ஒற்றுமை', 'இந்தச் சாவுக்கு யார் காரணம்?' முதலிய விசயங்களைப்பற்றி விவாதித்தார்கள். இது அவர்களைச் சாராய எதிர்ப்புப் போராட்டத்தில் சேருமாறு தூண்டியது. 'எங்கள் குழந்தைகள் பள்ளிக்கூடம் போக நாங்கள் விரும்புகிறோம்' என்றார் கொண்டம்மா. இவ்வாறு அடித்தளத்திலிருந்து கல்வி கற்பதற்கான உரிமையைக் கோரிய செயல், தாழ்த்தப்பட்ட சாதிகளுக்குக் கல்வி மறுப்பு என்ற மண்டல் எதிர்ப்புக் கிளர்ச்சியின் மிக முக்கியமான செயல்திட்டங்களில் ஒன்றை அம்பலப்படுத்தியது.[33] படித்த தலித்துக்கள் குறித்த உயர்சாதியின் பதட்டம் சுண்டூரு சம்பவங்களில் வெளிப்பட்டது. காலனிய கட்டத்திற்குப் பின்வந்த நவீன வெளியைக் கைப்பற்ற தலித்துக்களை வரவிடக்கூடாது என்பது அந்த உயர்சாதியின் பதட்டமாகும். சாராயத்தை எதிர்த்த பெண்கள் கல்வியறிவிற்கு உரிமை கோரியது, இந்த தருக்கத்தை அடையாளங்காட்டியது. தங்களைப் புறம்ஒதுக்கிய நவீனத்துவத்தைச் சவாலிடுவதாகத் தோணுகிறது. போராட்டத்தில் ஈடுபட்ட தலித் மற்றும் முஸ்லிம் பெண்கள் குடிமகளின் உரிமைகளுக்குக் கோரிக்கை விடுத்தார்கள். இது அவர்களது 'மனித சாரம்சத்தால்' விடுக்கப்பட்டதாக எடுத்துக்கொள்ளத் தேவையில்லை.

அந்த இயக்கத்தில் பங்கெடுத்த பெண்கள் பெரிதும் அட்டவணை இனத்தைச் சேர்ந்தவர்களும் பிற்படுத்தப்பட்ட சாதியாரும் முஸ்லீம் என்றிருந்தாலும், அவர்கள் ஒன்றுதிரண்டு ஆயத்தீர்வை அதிகாரிகளைத் தடுக்க மேற்கொண்ட முயற்சிகளை அவர்கள் கிராமங்களைச் சேர்ந்த உயர்சாதிப் பெண்கள் வெளியில் காட்டாமல் மௌனமாக ஆதரித்தார்கள். அந்த இயக்கம் தனிப்பட்ட ஆண்களுக்கோ அல்லது ஏனைய சாதிகளை/மதச்சமூகங்களைச் சேர்ந்த பெண்களுக்கோ எதிராக இயங்கவில்லை.

தங்கள் கிராமத்துக்கு வெளியே சென்று போராடும் முயற்சிகளைச் சாராய எதிர்ப்பு இயக்கத்தை நடத்திய பெண்கள் மேற்கொண்டதில்லை. இது இயக்கத்தின் தனித்துவமான அம்சம். கச்சேரிதேவராயபள்ளி கிராமத்தைச் சேர்ந்த மஸ்தான் – பி, 'மற்ற கிராமத்திலுள்ள பெண்கள் செத்தா போனார்கள்? எதுக்காக நாம அங்கே போய்ச் சாராயத்தை எதித்துச் சண்டை போடணும்?' என்று கேட்டார். 'எங்கள் கிராமத்தில் சாராயம் வேண்டாம்' என்று அவர்கள் போட்ட முழக்கம் சாத்தியமானது குறித்த ஓர் அரசியலில் அவர்கள் தங்களை வரையறுத்துக் கொண்டதைக் காட்டுகிறது.[34]

1990–களின் ஆரம்ப கட்டம் இந்தியப் பெண்ணியத்தின் ஒரு திருப்புமுனையைக் குறிப்பதாக நமக்குத் தோன்றுகிறது. ஆய்வுக்கு எடுத்துக்கொண்ட ஒவ்வொரு நிகழ்வும் நமது காலத்தைச் சேர்ந்த ஒரு 'பெண்ணிய தன்னிலையின் மேலாண்மையான அணிதிரட்டலின் மீது குவிகின்றது. ஒவ்வொரு சம்பவமும் பெண்ணிய அரசியலுக்குள்ளே மேற்கிளம்புகின்ற முரண்பாடுகளை எடுத்துக்காட்டுகின்றது. படுவேகமாக உலகமாயமாதலுக்கு ஆட்பட்டுக்கொண்டிருக்கிற இந்தியப் பொருளதாரப் பின்னணியில், ஒவ்வொரு நிகழ்வும் பண்பாட்டுப்பால் ஆய்வைச் சவாலிடுவதைக் காணலாம். இவை தற்போதுள்ள ஆதிக்க அமைப்புக்களுடைய இந்தியப் பெண்ணியத்தில் உள்ள ஆழ்நீரோட்டம் ஒன்றைப் புலப்படுத்துகின்றன. ஆயினும், மண்டல் எதிர்ப்புக் கிளர்ச்சியும், கருத்தடையைத் தேர்வு செய்யும் அரசியலும், இந்து உரிமை குறித்த பெண்ணியமும் அல்லது சாராய எதிர்ப்பு இயக்கத்தின் பதிவுகளும் புதிய – மிகவும் தீவிரமான அணி சேர்க்கைகளுக்கான சாத்தியங்களை முன்வைக்கின்றன. இந்தக் கட்டுரையில் பெண்ணியத்திற்கும் பிற சனநாயக அரசியல் முன் முயற்சிகளுக்கும் இடையில் அணிசேர்க்கை ஏற்படாதவாறு தடைபோடுகிற காரணிகளைப் பற்றிய விளக்கத்தைத் தரமுயற்சி எடுக்கப்படுகிறது. இதுவே தலையான அக்கறை, நம் காலத்திற்குப் பொருத்தமான ஒரு

மாற்று – மேலாண்மை அரசியலைச் செய்துகாட்டும் பெண்ணியம் ஒன்றை வடிவமைப்பதற்கு இது முதலாவது அடியெடுப்பென்று கருதுகிறோம்.

இக்கட்டுரையில் இந்த அக்கறையானது, இன்று நிலவுகிற பெண்ணியத்தின் உள்ளார்ந்த சனநாயகஆற்றல் மீது போதிய அளவிற்குக் குவிமையப்படுத்துவதற்கு எங்களை அனுமதிக்க வில்லை. ஆயினும் இந்தஆற்றல், எங்களை விவாதத்தில் வெளிப்படுகிற விமர்சனபூர்வமான பணியைக் கோரவும், இதனை வலிமைப்படுத்தவும் செய்கிறது என்பது தெளிவு. இந்த சனநாயக ஆற்றல்தான் எங்களைப் பெண்ணியவாதிகளாக தலித் இயக்கங்களை ஆதரிக்கவோ அல்லது இன்று மதச்சமூகவாதத்தை எதிர்க்கும் முயற்சிகளில் பங்கேற்கவோ சாத்தியமாக்கியுள்ளது. மேலும் சமகால அரசியலில் பெண் – தன்னிலையை முன்வைத்து, இந்தியாவில் சனநாயகம் – மதசார்பின்மை முதலியவற்றின் சங்கதி என்ன என்பதை ஆய்விற்குத் திறந்துவிட முயன்றுள்ளோம்.

பின்குறிப்பு:

இந்த நீண்ட ஆய்வுக் கட்டுரையில் 'Subaltern Studies IX'. edited by Shahid Amir and Dipesh Chakrabarthy, OUP, New Delhi, 1996, என்ற தொகுப்பு நூலிலிருந்து மொழிபெயர்க்கப்படுகிறது. -Susie Tharu and Tejawsimi Niranjana, 'Problems for a Contemporary Theroy of Gender', pp.232-260.

அடிக்குறிப்புக்கள்

1. மண்டல் என்பது மண்டல் – எதிர்ப்பு (இடஒதுக்கீடு எதிர்ப்பு) மந்திர் என்பது அயோத்தி – ஃபெய்ஸாபாத் இடத்தில் ராமர் கோவிலைக் கட்டுவதற்காக ஏற்பட்ட ராமஜென்ம பூமி இயக்கம், நிதி வங்கி என்பது சர்வதேச நிதிக் குழுமம், உலக வங்கி ஆகியவற்றின் கொள்கைக்கு ஏற்ப இந்தியாவின் அனுசரிப்புக் கொள்கை – ஆகியவற்றைக் குறிப்பனவாகும்.
2. பொருளிகந்த பொருள் பற்றியும் உரிமைகள் பற்றியும் பொருத்தமான விளக்கத்தை Mary Poovery, 'The Abortion Question and The Death of Man' in Joan and Judith (eds), 'Feminist Theorize the Political' (Routledge, London) 1991. என்ற நூலிலுள்ள கட்டுரையில் காண்க.
3. இந்தப் பொருள் பற்றி கும்கும் சங்கரி, உமாசக்கரவர்த்தி, லதா மணி, பர்தா சட்டர்ஜி, ஜைனேந்திர பாண்டே ஆகியோர் விரிவாக விவாதித்துள்ளனர்.
4. சத்தியஜித் ரேயின் அபு (மூன்று பாகங்கள்) திரைப்படத்தில் இந்த விசயம் சித்திரமாகியுள்ளது. பார்க்க: Geetha Kapur,

'Cultural Creativity in the First Decade: The example of Satyajit Ray', 'Journal of Arts and Ideas', 23-4. (Jan. 1993), pp.17-50/

5. இந்நடவடிக்கைகள் எல்லாமே வெள்ளைக்காலர் வேலைகளை வகிக்கவேண்டிய தகுதிவாய்ந்த ஆண்களும் பெண்களும் (நடுத்தரவர்க்கம் / உயர்சாதி ஆண், பெண் – மொ.ர்), இந்த இடஒதுக்கீட்டுக் கொள்கையின் விளைவால் கீழான வேலைகளுக்கு (கிராமப்புற தொழிலாளி வர்க்க/ தாழ்த்தப்பட்ட பிற்படுத்தப்பட்ட சாதி ஆண், பெண்– மொ.ர்) தள்ளப்பட நேரிடும் என்பதை வலியுறுத்தின.

6. நவீன இந்தியாவில் சாதி பற்றி ஹைதராபாத் பல்கலைக்கழக அரங்கத்தில் ஆற்றிய விரிவுவரை, சனவரி 1992.

7. ஊடகம் எப்போதும் 'சாதிக் குழுக்கள்' அல்லது 'சாதி நிறுவனங்கள்' ஆகிய தொடர்களை 'தாழ்த்தப்பட்ட சாதி'க் குழுக்களைக் குறிப்பதற்குப் பயன்படுத்துகிறது. கே. சத்தியநாராயணன் குறிப்பிடுவதுபோல, 'சாதி' என்பது வழக்கமாகத் தாழ்த்தப்பட்ட சாதியை மட்டுமே சுட்டி நிற்கிறது.

8. 'Recasting women' என்ற பர்த சட்டர்ஜி, உமா சக்கரவர்த்தி கட்டுரைத் தொகுப்பைக் காண்க. இதோடு, சுசிதாரு, கே. லலிதா (பதிப்பாளர்) ஆகியோர் 'இந்தியாவில் பெண்களின் எழுத்து: கி.மு. 600 முதல் இன்றுவரை' என்ற நூலுக்கு வழங்கிய முன்னுரையைக் காண்க. 'Feminist Press', New York. 1993.

9. 'இந்த மாணவர் இயக்கம் முறையான அரசியல் வட்டத்திற்கு வெளியில் அரசியல் நடவடிக்கைகளை நடத்துகிறது' என்று வீணாதாஸ் தமது 'A Crisis of Faith; Stateman. 3.9.1990 – என்ற கட்டுரையில் மண்டல் எதிர்ப்புக் கிளர்ச்சியைப் பற்றிக் குறிப்பிட்டார்.

10. 'Recasting of Women' p.5

11. 'Economic and Political Weekly' XXVI:36 (1991), PP.2079-84, இதழில் பிரசுரமான சமதா சங்கதானாவின் அறிக்கையை அடியொற்றி இது எழுதப்படுகிறது.

12. இதற்கு ஆதாரம்: கே. பாலகோபால் அறிக்கை, 'சுண்டூருக்குப் பின்பும், பிற சுண்டூருகளும்', 'Economic and Political Weekly' XXVI:42 (1991), pp.2399-405.

13. Report of the commission of Inquiry into the Rameez Bee and the Ahmed Hussain Case (Govt. of Andhra Pradesh, 1978), and Tanika Sarkar, 'Reflections on Birati Rape Case: General Ideology in Bengal', 'Economic and Political weekly' XXVI:5 (1991), pp.215-18.

14. கருத்தடைகளின் அதிக விலையும் (ஒரு செட் நார்பிளாண்ட வாங்க இந்திய அரசாங்கத்திற்கு 750 ரூபாய் செலவாகும்) அதில் கிடைக்கிற இலாபமும் முக்கியமான பிரச்சினைகளாகும். இதுபற்றிச் சமூகச் செயல்பாட்டாளர்கள் பேசவில்லை.
15. 'Men's 'attitudes are big hurdles', interview with Sonara Jha Nambiar 'The Sunday Times (of India)' 1-11-1992, p.11:
16. Fern Chapman. 'The politics of the Abortion Bill', 'Washington post', 3-10-1989, p.13 Citedin Renate Klein, Janice G. Raymond and Lynette J. Dumble. 'RU 486 Misconceptions: Myths and Morals' (Spinnifex, Melbourne, 1991).
17. Quoted by Sara Adhikari in 'Countdown to Disater, 'The Sunday Times (of India)', 1.11.1992., p.11.
18. Ellen Goodman, 'Moral Property', 'The Boston Globe', 17-7-1989, p.11. cited in Klein, et.al, p.25
19. Klein, et.al, pp.5-6 ஆர்.யு 486 மாத்திரையை அமெரிக்காவில் பயன்படுத்துவதற்காக அண்மையில் எடுத்த முடிவைப் பெண்ணியத்தின் வெற்றியாக நோக்கினர்.
20. Tanik Sarkar, 'The Woman as Communal Subject: Rashtrasevika Samiti and Ramjanma boomi', Econonic and Political Weekly' XXVI:35 (31 Aug. 1991), p.2062).
21. ராஷ்டிர சேவிகா சமிதியின் ஒவ்வொரு பொறுப்பாளரும் ஸதியை (உடன்கட்டை ஏறல்) மறுத்தார் என்று தனிகா சர்க்கார் குறிப்பிடுகிறார். தானாக முன்வந்து புரிகிற ஸதி பற்றி என்ன கூறுகிறார்? 'அது ஒருக்காலும் நடக்கமுடியாது. எதற்காக ஒரு பெண் தன்னையே எரிக்கவேண்டும்?' என்று ஓர் இளம் உறுப்பினர் உண்மையான அருவெறுப்போடு கூறினார். ஷக (Shakha) உறுப்பினர்கள் தங்கள் சாதிப் பெயர்களைப் பயன்படுத்துவது இல்லை. அனைவரும் சேர்ந்தே சாப்பிடுகிறார்கள். சமிதி, கலப்புத் திருமணத்திற்கு எதிராக இல்லை. அந்தந்தக் குடும்பங்கள் ஒத்துக்கொள்ளுகிறபோது கலப்பு மதச் சமூக திருமணத்திற்குக் கூட எதிராக இல்லை.
22. Pradip Datta, Biswamoy Patil et.al. 'Understanding Communal Violence: Nizamuddin Riots' 'Economic and Political Weekly. XXV:45 (10.11.1990), p. 2494.
23. மேற்கு வங்கத்தின் இடதுசாரி முன்னணி அரசாங்கம், பந்தலா, பிராதி பாலியல் வன்முறைகள் பிரச்சினையாக்கப்பட்ட சமயத்தில் இதேபோன்று தட்டிக்கழிக்கும் போக்கினைப்

பின்பற்றியது. பார்க்க: தனிகா சர்க்கார், 'Reflections on the Birati Rape cases: Gender Ideology in Bengal', 'Economic and Ploitical Weekly. XXVI:5 (2.2.1991).

24. அரசாங்க ஆணை எண்: 402 (24–4–1993). இந்தத் தடையை அறிவித்த விஜயபாஸ்கர ரெட்டி 'ஆரம்பத்திலிருந்தே மது விலக்கு காங்கிரஸ் கட்சியின் கொள்கையாக இருந்து வந்துள்ளதாகவும், தெலுங்குதேசக்கட்சி நடத்திய போராட்டத்திற்கும் இதற்கும் ஒரு சம்பந்தமும் இல்லை என்றார்.

25. அவர்கள் 'ரொமான்டிக்' என்ற சொல்லைச் சுதந்திரமான, முகவரான, வெளிப்படுத்துகிற, தன்னியல்பான, கலகத் தன்னிலையைக் குறிப்பதற்குக் கையாண்டார்கள். இவள் ஐரோப்பாவில் 19அம் நூற்றாண்டில் நடந்த இலக்கிய – கலாச்சார இயக்கமாகிய ரொமான்டிசிசத்தின் வகைமாதிரி கலகத் தன்னிலை போலப் பேசப்பட்டாள்.

26. K. Ilaiah. 'Andra Pradesh's Anti Liquour Movement', Economic and Ploitical Weekly XXVII:43 (1992), p.2408

27. மண்டல் எதிர்ப்புக் கிளர்ச்சியோடு இணையான அம்சங்கள் இதிலுள்ளன. அறிவு ஜீவிகள் பலரும் இது தேசத்தின் ஒரு வெளிப்பாடென்று கூறிய அதே சமயம், இதனை 'அரசியல்' ஆக்க முயற்சிக்க வேண்டாம் என்று எச்சரிக்கை விடுத்தார்கள்.

28. 'ஆயிரக்கணக்கான குடும்பங்களின் கண்ணீர் அவர்களைப் போராட்டத்திற்குத் தள்ளியது', நடிகை சாரதா (ஈநாடு, 5–10–1992).

29. குடிமை உரிமைகளுக்கான செயல்வீரர் கே. பால கோபாலின் 'Slaying of a Spirituous Demon', 'Economic and Political Weekly' XXVII:46 (1992)', pp.2457-61 என்ற கட்டுரையைப் பார்க்கவும்.

30. இது கே.ஜி. கண்ணபிரானும், கே. பாலகோபாலும் ஆந்திரப் பிரதேச குடியுரிமைக் கமிட்டியின் பத்திரிகை அறிவிப்பால் வெளியிட்ட தொடாரகும், ('ஈநாடு, 18.10.1992).

31. எங்களது அவதனிப்பு பெரிதும் அன்வெஷி அறிக்கையை ஒட்டியதாகும்.

32. Chaduvu Velugu and Askhara Deepam Literary Primers.

33. தாழ்த்தப்பட்ட சாதிமக்களுக்குக் கல்வி வாய்ப்பு தரப்பட்டால் அவர்களைத் தங்களது மரபான (சாதித்) தொழில்களி

லிருந்து அகற்றி, குமாஸ்தாக்களாக மாற்றிவிடும். அதனால் இந்திய கலாச்சாரத்தைக் குறியீடு செய்த கைவினைத் தொழில்களும், சவுளித் தொழில்களும் அழியும் என்று மண்டல் எதிர்ப்பாளர்கள் பேசினார்கள்.

34. 'சாத்தியமானது குறித்த அரசியல்' என்ற தொடர் கும்கும் சங்கரியின் 'The Politics of Possible' என்ற கட்டுரையிலிருந்து எடுத்தாளப்படுகிறது.